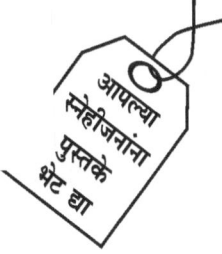

आपल्या स्नेहीजनांना पुस्तके भेट द्या

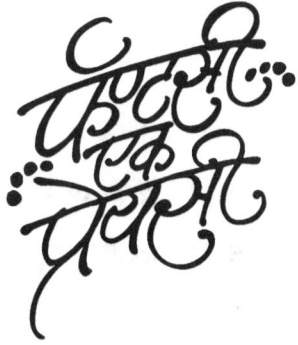

फॅण्टसी एक प्रेयसी

वपु काळे

मेहता पब्लिशिंग हाउस

FANTASY EK PREYASI by V P KALE

फॅण्टसी एक प्रेयसी : वपु काळे / ललितलेख

वपु काळे

Email : author@mehtapublishinghouse.com

© स्वाती चांदोरकर व सुहास काळे

मराठी पुस्तक प्रकाशनाचे हक्क मेहता पब्लिशिंग हाऊस, पुणे.

प्रकाशक : सुनील अनिल मेहता, मेहता पब्लिशिंग हाऊस,
१९४१, माडीवाले कॉलनी, सदाशिव पेठ, पुणे - ४११ ०३०.

प्रकाशनकाल : जून, १९८९ / जानेवारी, १९९४ / फेब्रुवारी, १९९९ /
डिसेंबर, २००२ / जून, २००८ / जुलै ,२०११ /
एप्रिल, २०१३ / सप्टेंबर, २०१५ /
पुनर्मुद्रण : फेब्रुवारी, २०१९

मुखपृष्ठावरील छायाचित्र : मेहता पब्लिशिंग हाऊस, पुणे

सजावट : बाबू उडुपी

P Book ISBN 9788177663501
E Book ISBN 9788184988420
E Books available on : play.google.com/store/books
www.amazon.in/b?node=15513892031

प्रमोद पवार
क्षमा राज
प्रकाश खानविलकर
माधुरी भागवत
शशी जोशी
ज्योत्स्ना कारखानीस - ह्या
सर्वांनी भूमिकेत जीव ओतला.
दिलीप कोल्हटकरांनी कादंबरी नाट्यरूप केली
आणि
सुरेंद्र दातारांनी निर्मिती करून
'पार्टनर' रंगमंचावर आणलं.
मित्रांनो,
माझ्या संसारातला 'पार्टनर' व्याधी आणि शस्त्रक्रियांशी
झुंज देत असताना, तिची सेवा करण्याचं बळ
तुम्ही सर्वांनी मला दिलंत.

अनुक्रमणिका

फॅण्टसी - एक प्रेयसी

आकाशात काळे ढग अद्यापि दिसणार असतात. त्यापूर्वी केरळमध्ये मान्सून वारे वाहणं आवश्यक असतं. केरळमध्ये पाऊस सुरू झाल्याची बातमी आली की मुंबईत छत्र्यांचे डॉक्टर्स खडबडून जागे होतात. अनेक दुकानं सरड्याप्रमाणे रंग बदलतात. दुकानादुकानांतून नेहमीच्या विक्रीच्या गोष्टी मोडीत निघतात आणि मुंबईकरांवर छत्र धरायला व्यापारीवर्ग पुढे सरसावतो.
त्यांनी धरलेलं, नव्हे विकलेलं हे छत्र किती टिकतं, किंवा टिकेल हे जरी सांगता आलं नाही, तरीही व्यापारीवर्गाचं छत शाबूत राहतं.
व्यापारीवर्ग कधीही नुकसानीत जात नाही. दरवर्षी अर्थसंकल्प जाहीर होण्यापूर्वी अनेक गोष्टी गायब होतात. अर्थसंकल्प जाहीर झाला की ठराविक वस्तूंवर कर वाढला असेल तर त्याच्या किंमती रातोरात वाढतात. त्या वस्तूंवरचे टॅक्स माफ झाले असतील तर मात्र सरकारी पत्रक दुकानदाराला मिळेपर्यंत किंमती उतरत नाहीत. पावसाळी वारे आणि पर्जन्यधारा ह्यांचा जरी भरवसा नसला तरी सरकारी कृपेच्या धारा सतत व्यापारी वर्गावर बरसत असतात.

सर्वसाधारणपणे, दरवर्षी केरळकडून हे वारे कोकणात आणि कोकणाकडून अपरिहार्यपणे मुंबईकडे वळणार असतात. हवामान खात्याचे अंदाज सालाबादप्रमाणेच चुकायला लागतात. मध्य रेल्वेच्या गाड्या ढग पाहूनच विस्कळीत व्हायला लागतात. पाठोपाठ टेलिफोन संस्थान, रेल्वेला सक्रिय सहानुभूती दाखवायला धाव घेतं. यंत्रावर अवलंबून राहिलेला मुंबईकर कासावीस दिसू लागतो.
ह्या सगळ्या गोष्टी ह्याच क्रमानं घडतील असं नाही. पण एक गोष्ट हमखास घडते. मान्सून वारे सुरू होण्यापूर्वी दिवाळी अंकांचे संपादकीय वारे लेखकांच्या घराच्या दिशेनं वाहू लागतात. मराठीतले चारशेच्या चारशे संपादक दर्जेदार दिवाळी अंक काढणार असतात. हे सगळे अंक 'अभिरुचिसंपन्नता' म्हणजे काय, हे यंदा सांगणार असतात. चारशेच्या चारशे चोखंदळ संपादकांना फर्मास, फक्कड, खुसखुशीत कथा हवी असते.

अनेकांना फॅण्टसी हवी असते.

खास 'वपु' टच् असलेली.

मी पण तशा फॅण्टसीची वाट बघत असतो. संपादकांना दिवाळी अंकांचे वेध केवळ जून महिन्यातच लागतात, आणि सगळ्यांनाच पंधरा ऑगस्टच्या आत साहित्य हवं असतं. संपादकांची प्रतीक्षा सप्टेंबर महिन्यात शिगेला पोहोचते. नंतर ते वाट पाहणं सोडूनही देतात. मी मात्र सातत्यानं, वर्षामागून वर्ष, फॅण्टसीची वाट बघत असतो. अवर्षणकाळात शेतकरी काळ्या, बरसणाऱ्या ढगाची जेवढी वाट बघतो त्याच्या कितीतरी पट जास्त तीव्रतेनं मी फॅण्टसीची वाट बघत असतो आणि फॅण्टसी एखाद्या लहरी प्रेयसीप्रमाणे हटून बसलेली असते.

माझा अंत बघते.

फॅण्टसीचं आगमन म्हणजे आंब्याच्या आयुष्यात प्रथमच मोहर देणाऱ्या क्षणाचं आगमन. पाण्याला तरंगाचं वरदान लाभावं, सतारीच्या तारांना स्वरांचे कंप भिडावेत किंवा फुलपाखराच्या पंखांना रंगाचं लेणं गवसावं, तसं माझ्या आयुष्यात फॅण्टसीचं आगमन असतं. फॅण्टसीचा पदन्यास दूरवरून जरी कानावर पडला तरी त्या क्षणापासूनच माझा दीपोत्सव सुरू होतो. लक्ष लक्ष दिव्यांच्या रोषणाईनं हे शरीर आतून झगमगून जातं.

रोषणाईचा हा झगमगाट डोळे दिपवून टाकतो. आसमंत दिसेनासं होतं. फक्त, श्रमसाफल्य बंगल्यातल्या माजघराला अस्तित्व उरतं. तिथं मी असतो, आणि माझ्यासमोर माझी आई. आमच्या घरात आईचं नाव ताई झालेलं. ह्याच ताईनं मला कथा-कथनाचा वारसा दिला.

ताई आताही मला कथा सांगत असते.

विक्रमाची कथा. शनिमाहात्म्यात गुंफलेली. विक्रम राजा जेव्हा शनीची चेष्टा करतो तेव्हा काहीतरी विपरीत घडेल ह्या जाणिवेनंच ताईचा चेहरा कासावीस होतो. चित्रातला हंस जेव्हा जिवंत होऊन, माळेचे मोती एकामागून एक खायला लागतो तेव्हा विक्रम राजापेक्षाही ताईच्या चेहऱ्यावर अचंबा दिसतो. विक्रमावर चोरीचा आरोप येतो हा कथाभाग आईला म्हणजेच ताईला सांगवत नाही आणि विक्रमाचे हातपाय तोडले जातात तेव्हा तर माझी ताईच अपंग झाली आहे, असं मला वाटू लागतं. तेल्याच्या घाण्यावर बसून विक्रम जेव्हा दीपक राग आळवू लागतो तेव्हा नगरीतले दिवे झगमगू लागतात. विक्रमाबरोबरच ताईची साडेसाती संपते.

मी पलंगावर आडवा होतो. मनात फक्त एकच घटना रेंगाळत राहते. चित्रातला हंस जिवंत होऊन मोत्याची माळ खातो ही घटना.

झोप उडते. माझ्या पलंगासमोर एका सिंहाचं, अक्राळविक्राळ जबडा वासलेलं कॅलेंडर. मी डोळे मिटताक्षणी हा सिंह जिवंत होणार. तसं झालं तर?

पण तेवढ्यात वडिलांनी काढलेलं 'निंबाळकर शुद्धीकरण' हे पेंटिंग दिसतं. प्रत्यक्ष शिवाजी महाराज त्यांच्या अनेक मावळ्यांच्या साक्षीनं बाटलेल्या निंबाळकरांना शुद्ध करून घेताहेत.

आता नो प्रॉब्लेम.

सिंह जिवंत झाल्याबरोबर शिवाजी पण जिवंत होणार. गोब्राह्मणप्रतिपालक शिवाजीमहाराज माझं नक्की रक्षण करतील. मी 'गो' नाही. 'ब्राह्मण' तर आहे. आपण ब्राह्मण आहोत ह्याचा नेहमीच काही पश्चात्ताप होत नाही. आणि खऱ्या अर्थानं शिवाजीसारखा राजा लाभला तर कधीच पश्चात्ताप होणार नाही.

शिवाजीमहाराजांच्या सगळ्याच निष्ठा शुद्ध होत्या. 'गोब्राह्मणप्रतिपालक' म्हणवून घेताना जितका कळवळा गाईबद्दल होता तितकाच ब्राह्मणांबद्दलही. अडचणीत सापडलेल्या कोणत्याही जातीतल्या माणसाला शिवाजीमहाराजांनी नुसती आश्वासनं दिली नाहीत. स्वत:वर झालेल्या अन्यायाची व्यथा घेऊन कुणी महाराजांकडे धाव घेतली तर ते त्याच माणसाला 'वर्तणूक सुधारा' असले गैरलागू उपदेश करीत नसत. त्या माणसाला जो शब्द दिला असेल, त्या शब्दाप्रमाणेच शिवाजीमहाराज वागत असत. अर्थात शिवाजीमहाराजांचं गुणगान करताना माझी लेखणी नेहमीच अपुरी पडणार आहे. श्री. ब. मो. पुरंदरे ह्यांच्यासारखी बलवंत लेखणीच हवी.

आणि पुन: फॅण्टसी आणि शिवाजीमहाराज ह्यांचा काय संबंध? म्हटलं तर आहे आणि नाहीही. शिवाजीमहाराजांनी जे निधर्मी राज्य चालवून दाखवलं ते खरं मानलं तर, एकविसाव्या शतकाकडे वाटचाल करणाऱ्या राज्याची निधर्मी भूमिका 'फॅण्टसी' वाटते आणि आमच्याच एका पंतप्रधानांचं 'शिवाजी म्हणजे वाट चुकलेला देशभक्त' हे वाक्य प्रमाण मानलं, तर छत्रपतींची राजवट फॅण्टसी वाटते.

असो.

त्या वेळी मी गाढ झोपी जातो, पण मनातला तो हंस अद्यापि मानसी खेळत आहे. शनिमाहात्म्यावरचा विश्वास कालांतरानं कमी होतो. आणि एक स्वप्नांचं जग नाहीसं होतं. हे नेमकं कधी घडतं ते समजत नाही.

माझंही तेच झाले. नोकरी, संसार ह्या जाळ्यात कधी गुरफटलो ते कळलं नाही. वीस-बावीस तारखेला पगार संपतो म्हणजे नक्की काय होतं हे समजण्याचा काळ आयुष्यात कसा आला, कधी आला ह्याचाही पत्ता लागला नाही. फक्त समजलं ते एकच.

संसार चालवणाऱ्या बापाचं मन कसं असतं ते समजलं आणि शनीच्या फेऱ्याला शरण जाणाऱ्या ताईचा भाव समजला. त्याच वेळी चित्रातली माणसं जिवंत होणं जरुरीचं वाटायला लागलं. त्याशिवाय सत्यनारायणाची पूजा कशी करायची? कमीत कमी शे-दोनशे माणसं येणार. एवढ्या मंडळींसाठी कॉफी करायची म्हणजे

मोठा व्याप. कपबश्या किती धुवत बसणार? त्यात पाण्याचा तुटवडा.
वसुंधरा 'पूजा करायची' म्हणत मागे लागली तेव्हा मी ह्या अडचणी मांडल्या. चाळीतली अपुरी जागा. पाणी कधीकधी खालच्या मजल्यावरून भरावं लागायचं. 'तिसऱ्या मजल्यापर्यंत पाणी येऊ दे' ह्यासाठी सत्यनारायण करायचा ठरवलं, तरीही त्या पूजेसाठी पाणी कुठून आणायचं?
मग मध्यमवर्गी उपाय.
मोजक्या माणसांनाच बोलवायचं.
पूजा नुसतीच घरातल्या घरात नव्हे, तर देवघरातल्या देवघरात करायची. बरं, कपबश्यांचा व्याप टाळता येईल का?
प्रत्येकाला 'कोकाकोला' द्यावा का? तेही परवडणार नाही. त्या क्षणी स्वत:च्या आर्थिक परिस्थितीचा विलक्षण उबग आला. कोकाकोलाची बाटली पुढे करणाऱ्या आंग्ल, देखण्या तरुणीचा संताप आला. मी चिडून म्हणालो,
'तुझा ह्या माझ्या संसारात मला काय उपयोग आहे? खरोखरची कोकाकोलाची बाटली दिलीस तर अर्थ आहे.' त्याच क्षणी मनात एक कल्पना आली.
माझ्याचसारखी परिस्थिती असलेला एक जीव मला दिसायला लागला. दर्शनाला येणाऱ्या माणसांना खूप खूप द्यावंसं वाटणारा, पण खिसा तोकडा. नवराबायको शेवटी पूजा स्थगित करतात. दुसऱ्या दिवशी गुरुजी 'पूजा कधी?' हे विचारायला येतात आणि त्याच क्षणी कॅलेंडरमधली बाई एक खरीखुरी कोकाकोलाची बाटली पुढे करते. मग काय? आमचा तो नायक हिरीरीनं पूजेचा दणका उडवून देतो. दोनशे-अडीचशे बाटल्यांचा वर्षाव करूनही कॅलेंडरमधली ती अमेरिकन सुंदरी दमत नाही.
आणि मग प्रश्न पडतो, रिकाम्या बाटल्यांचं करायचं काय? कोणताही हॉटेलवाला त्या घेत नाही. कोकाकोला कंपनीत तीनशे बाटल्यांचा हिशोब लागत नाही. ते कथानक डोक्यातून उतरलं पण कॅलेंडरमधली माणसं आणि आकर्षक वस्तू छळतच राह्यल्या.
केव्हातरी आणखी एक पुढचा विचार मनात आला. हातातल्या बाटलीसकट संपूर्ण बाईच समोर येऊन उभी राहिली तर? ह्याच कल्पनाविलासामधून 'बाई, बायको, कॅलेंडर' कथेचा जन्म झाला.
माझ्या कथेतला नायक चिमण. त्याला कॅलेंडरमधली बाई भेटते. चिमणची बायको नक्कीच तेव्हा बाहेरगावी जायला हवी. चिमण चार दिवस धमाल करतो. नंतर ऑफिसच्या कामासाठी चिमणला बाहेरगावी जावं लागतं तेव्हा चिमण पुरुषांची चित्रं असलेली कॅलेंडर्स नाहीशी करतो.
बायकोनं नवऱ्याची मैत्रीण खपवून घ्यावी पण नवरा बायकोचा मित्र सहन करू

शकत नाही हाच जुना आशय सांगणारं हे कथानक. पण फॅण्टसीचा आधार मिळाला, कथा वेगळी ठरली.

'ब्रह्मदेवाचा बाप' कथेच्या जन्मासाठी तर एक प्रचारातलं वाक्य पुरेसं ठरलं. 'माझं वाकडं करायची हिंमत ब्रह्मदेवाच्या बापाला पण होणार नाही.' किंवा 'अमुक तमुक गोष्ट ब्रह्मदेवाच्या बापालाही जमणार नाही.' ह्या शब्दात काही माणसांच्या वल्गना चालतात. केव्हातरी मनात आलं की कुणाचाही बाप काढला की त्या माणसाला तो स्वत:चा विलक्षण उपमर्द वाटतो. मग आपल्या बापाचा जातायेता उद्धार केलेला ऐकून ब्रह्मदेव खवळला तर? आपल्या बापाचा उद्धार करणाऱ्याची तो ऐशीकी तैसी करील.

ब्रह्मदेव येणार; हे ठरलं. आता निवडायची ती दुसरी व्यक्ती. महापालिकेच्या रूपानं वेगवेगळ्या तऱ्हेवाईक माणसांचा समुद्र अवतीभवती होता. व्यक्तींना काय तोटा? फक्त हवी तशी भेटायला हवी. जशी कल्पना चालून आली तशीच ती व्यक्तीपण महापालिकेच्या प्रॉव्हिडंट फंडाच्या खात्यात, जुन्या इमारतीत ही व्यक्ती होती. योगायोग असा ही असामी माझ्याच आडनावाची होती. तिला दम्याचा विकार होता. पण उपद्व्याप आणि कारस्थानं करण्याचा वेग व वृत्ती अफाट होती. नाव घ्यावं असं एकही काम करण्याची ह्या माणसाला कुवत नव्हती. वरिष्ठ अधिकाऱ्यांची खुषमस्करी करीत तो गादी टिकवून होता. सामान्य वकूब असलेल्या माणसांना असंच जगावं लागतं. वरिष्ठ पदावरच्या बुद्धिवान माणसांना ही माणसं कशी खपतात हे आजही समजलेलं नाही. स्वत:च्या बढाया सांगत तो सर्वत्र हिंडायचा. ह्याच माणसाला ब्रह्मदेवाच्या बापाचा उद्धार करायची सवय आहे असं दर्शवून मी राईलकर साहेब रंगवला. राईलकरची तुरुंगात रवानगी होईपर्यंत ब्रह्मदेव त्याची पाठ सोडत नाही.

'भदे' - दुसऱ्यांची दुखणी घेणारा हा असामी. ह्या कथेचा जन्म असाच एका वाक्यातून झाला.

मला ताप आला होता. आणि त्याच दिवशी कार्यक्रम होता. तेव्हा आई म्हणाली, 'जन्म देण्यापलीकडे आमच्यासारख्यांचा काय उपयोग आहे?'

'असं काय म्हणतेस आई?'

'दुसरं काय म्हणायचं? आज तुझा कार्यक्रम. हजार दोन हजार माणसांसमोर तुला उभं राहायचं. मी नुसती घरात बसणार. मला हा ताप देतोस?'

मी म्हणालो, 'चांगला एकशेदोन डिग्री ताप आहे.'

'दे मला. आणि तू ये कार्यक्रम करून.'

आई हे वाक्य बोलली आणि भदे जन्माला आला. मी तापासहित डोंबिवलीला गेलो. डोक्यात मात्र एकच विचार चालू होता. दुखणी विकत किंवा तात्पुरती घेणारी

एखादी व्यक्ती खरंच असेल का?
डोंबिवलीचा कार्यक्रम १२॥ वा. संपला. शेवटची लोकल पकडून मी दादरला यायला निघालो. माझ्या अंगात ताप म्हणून सुहास सोबत आलेला. डुलक्या घेत घेत, मध्येच दचकून, हवं ते स्टेशन गेलं नाही ना हे पाहात परतीचा प्रवास सुरू. आणि एकदम पाह्यलं तर समोर भदे.
'तुम्ही इथं कसे?'
'तुमच्या कार्यक्रमाला आलो होतो.'
'डोबिवलीपर्यंत? नवल आहे. राहायला कुठं?'
'परळला.'
'परळहून डोंबिवलीपर्यंत केवळ कार्यक्रमासाठी?'
'हो. कधी ऐकला नव्हता हे एक आणि दुसरं म्हणजे तुमची इतर पात्रता अजमावून बघायची होती?'
'म्हणजे?' मी चक्रावलोच.
भद्यांना बरं वाटलं. ते म्हणाले,
'तुमचा आजार आपण घ्यावा असं मघाशी तुमच्या आईंना वाटलं. असं अनेकांना वाटतं. पण त्यांना ते शक्य नसतं. माझ्याजवळ ती शक्ती आहे.'
'असं?'
'होय. म्हणूनच जेव्हा गरज पडेल तेव्हा आठवण करा, मी तुमचं दुखणं घेत जाईन.'
मी नंतरच्या प्रवासात भद्यांची मुलाखत घेतली आणि दादरला उतरताना त्यांना विचारलं,
'भदे, ह्या सर्व धडपडीत तुमचा शेवट काय होईल ह्याचा विचार केलात का?'
भदे म्हणाले, 'तुम्ही लेखक आहात. शेवट तुम्ही ठरवा.'
मी घरी आलो.
आईनं विचारलं.
'प्रकृती कशी आहे?'
'चांगली आहे.'
'अंगात दोनपर्यंत ताप असताना किती कथा सांगितल्यास?'
'पाच.'
'दमला नाहीस?'
'दमलो होतो, पण परतीच्या प्रवासात एक फॅन्टास्टिक कल्पना सुचली.'
'कमाल आहे तुझी. काय सुचलं?'
'तुझा ताप मी घेऊ का, असं तू म्हणालीस. कल्पना केली, खरोखर अशी व्यक्ती

कुठे प्रत्यक्षात आली समोर तर?'
मग खऱ्या अर्थानं भदे डोळ्यासमोर साकार व्हायला लागला. तो छोट्या छोट्या माणसांची दुखणी घेऊ लागला. त्या छोट्या माणसांत त्याचेच मित्र, ऑफिसातला साहेब, लांबचे, जवळचे नातेवाईक इ. मंडळी होती. कालांतराने मला असं वाटायला लागलं, भदेसारख्या माणसाजवळील ही दैवी देणगी. चार सामान्य माणसांसाठी राबवून भदेचं आयुष्य वाया घालवण्यात अर्थ नाही. त्या माणसाला आपण भरपूर पैसा मिळवून दिला पाहिजे. 'ह्या सर्व धडपडीचा शेवट काय?' असं विचारल्यावर भदे म्हणाले होते,
'तुम्ही ठरवाल तो-!'
भदेची जी गोष्ट मी आधी रचली होती त्यात भदेला शेवटी एक निर्माता भेटतो. त्याच्या चित्रपटात काम करणाऱ्या हीरोला पोटदुखी सुरू होते. काश्मीरमध्ये तीन लाखांचा सेट उभा केलेला असतो. एक महिना शूटिंग होणार असतं. तो निर्माता भदे ह्यांना दोन लाख रुपये एका रकमेनं देतो आणि महिन्यासाठी हीरोची पोटदुखी भदे घेतात, असं ठरवून मी भद्यांना लेखणीच्या फटकाऱ्यासरशी लक्षाधीश करून टाकलं. पण तरीही कथा संपली असं वाटेना. मग पुढं असं वाटलं हा हीरो पोटदुखी न्यायला परत आलाच नाही तर? मग भदे कासावीस होतात.
डॉक्टरकडे जातात, डॉक्टर ॲपेंडिसायटिसचं ऑपरेशन करतात. थोडा सँपल बायोप्सीकरता 'टाटा' हॉस्पिटलला पाठवतात. तो मॅलिग्नंट ठरतो.
दोन वर्षे हेच कथानक ठाम झालेलं. पण भदेसारख्या माणसाचा कॅन्सरनं झालेला हा शेवट रुचेना.
फँटसीचा शेवटही फँटसीतच व्हायला हवा असं वाटत होतं.
दोन वर्षांनंतर एकाएकी वाटलं, भदे ह्यांना एक बाई गंडवते. लो ब्लडप्रेशरची, हायपोटेन्शनची सर्व सिम्पटम्स् आणि मॉर्निंग सिकनेसची सिम्पटम्स्, प्राथमिक अवस्थेत सारखीच. ह्याचा फायदा घेऊन भदे शेवटी प्रेग्नन्ट राहतात. हा शेवट अत्यंत स्वाभाविक, विनोदी आणि परिणामकारक वाटला.
आईच्या एका वाक्यावर 'भदे' जन्माला आले. पण त्यांनी मला दोन वर्षं 'अवघडलेल्या' अवस्थेत ठेवलं होतं.
प्रत्येक माणूसच नव्हे, तर प्रत्येक पुस्तक त्याच्या स्वत:च्या कुंडलीसह जन्माला येतं. एखाद्या माणसाच्या पत्रिकेत तो ज्या वेळेला जन्माला आला, त्या वेळेआधी एक तास लवकर किंवा उशिरा जन्माला आला असता तर राष्ट्रपती किंवा बिर्ला, टाटा होण्याचे योग होते, असं सांगितलं जातं. तसेच योग पुस्तकाच्या बाबतीतही असावेत. अमुकतमुक वर्षी, अमक्या तमक्या प्रकाशकाच्या मॅटर्निटी होममध्ये हे पुस्तक जन्माला येतं तर साहित्य-अकादमीचा बक्षिसाचा योग होता...वगैरे, वगैरे.

ह्या कुंडली न्यायानं आमचा 'भदे' भाग्यवान माणूस. जो माणूस साक्षात हाडांचा सापळा आणि ज्याचे केस बारीक कापल्यामुळे स्वतंत्र उमेदवारासारखे सगळे उभे होते, पण तरीही त्या भदेच्या कुंडलीतले ग्रह एकदम राजयोगच दर्शवतात.
दोन वर्षांपूर्वी भदे जन्माला आले असते तर एव्हाना कॅन्सरनं मेले असते. दोन वर्ष उशिरा जन्माला आले, म्हणून पाडगावकर, देव, सुधीर फडके, किशोरी आमोणकर, पु. ल. देशपांडे ह्या मान्यवर नामवंतांच्या सहवासात आले. जन्माला येऊन वर्ष पुरं व्हायच्या आत कॅसेटवर गेले आणि ह्या क्षणी ते कमीत कमी पंचवीस हजार कुटुंबांत फॅमिली मेंबर म्हणून वावरत आहेत.
माणसांप्रमाणंच कथांना पण स्वतःची कुंडली असते.

पूर्वी स्त्री-मासिकात, विवाह झालेल्या जोडप्यांचे फोटो छापून येत. उगीचच चाळा म्हणून तेव्हा कोणती बाई कोणत्या पुरुषाला शोभली असती ह्याचा विचार सुरू व्हायचा. त्यातूनच कल्पना सुचली, की समजा आपण आपल्या इच्छेप्रमाणे नव्या जोड्या जमवल्या, आणि प्रत्यक्षात तशी उलथापालथ होऊन, आपण तयार केलेल्या जोड्यांचे संसार सुरू झाले, तर त्या त्या घरात सुसंवाद नांदेल की विसंवाद माजेल?-
'नांदा सौख्यभरे' कथा लिहिली गेली. 'वसुधा'च्या संपादकांना सहज एके दिवशी कल्पना सांगितली. ते म्हणाले,
'ही दिवाळी गेली. पण पुढच्या वर्षीच्या दिवाळी अंकासाठी ही कथा मी आत्तापासून 'बुक' करून ठेवतो.'
माझ्या कथेतला नायक अशाच एका मासिकाचा संपादक असतो. फोटो छापताना तो प्रत्येक जोडी फोडतो आणि त्याच्या सौंदर्याच्या व्याख्येप्रमाणं नवीन जोडपी घडवतो. त्या फोटोंपैकी अशाच एका फोटोतल्या नवऱ्याला तो कुणालाच शोभत नाही असं मानून, 'मिस्टर तुम्ही लग्नच करू नका' - असं म्हणून तो संपादक त्याचा फोटो टोपलीत फेकतो.
प्रत्यक्षात त्या नव्या जोडप्यांचे संसार सुरू होतात. प्रत्येक संसारात जबरदस्त संघर्ष सुरू होतात. संपादक ते संसार जवळून पाहतो. चक्रावतो. 'प्रत्येक संसारात हे असं का?' हा प्रश्न तो संपादक अशाच एका संन्यासी- साधुमहाराजांना विचारतो. तो सांगतो,
'परमेश्वरी योजना अचूक असते. त्यात माणसांनी ढवळाढवळ केली की निसर्गाचा तोल ढळतो. बाह्य रूपावर भाळून निर्णय घेऊ नयेत.'
'नांदा सौख्यभरे' ही कथा किमान पंधरा-सोळा वर्षांपूर्वीची. कदाचित जास्तच, पण कमी नव्हे. त्यानंतरच्या काळात कथालेखनाबरोबरच, कथाकथनकार म्हणून समाजाबरोबर

जेव्हा जास्त संवाद व्हायला लागला, तेव्हा प्रकर्षानं जाणवलं की एकमेकांच्या भावना जाणणारे, जाणल्यावर जपणारे संसार फार थोडे आहेत. विसंवादी आणि विजोड जोडपी घडवण्यात त्या परमेश्वरानं युगानुयुगं जे सातत्य टिकवलं आहे, त्याबद्दल त्याला पद्मश्री, पद्मभूषण, भारतरत्न, पुलित्झर प्राईज, नोबेल...सगळं सगळं द्यावं.

पण, तरीही तो परमेश्वर असं का करतो?

सगळे जीव त्यानंच घडवले. म्हणजे प्रत्येक जिवाच्या गरजा आणि वृत्ती तो जाणतो. मग तो खरोखरच, 'इच्छित वधू वा वर प्राप्यरस्तु'चा समर्पक आशीर्वाद का देत नाही प्रत्येकाला?

विजोड जोड्या जमवण्यामागे, परमेश्वराचा नक्की शुद्ध हेतु असणार. तो प्रत्येकाच्या कल्याणासाठीच अशा योजना राबवतो, ह्यावर माझा विश्वास बसला. हा ठाम विश्वासच 'हे असंच चालायचं' ह्या फॅण्टसीचा गाभा ठरला. मग त्याच्या 'हेतूचा' शोध घेणं आलं. तो शोध आणि त्यातून निघालेला निष्कर्ष, ह्याची 'हे असंच चालायचं' ही कथा.

'बाई, बायको, कॅलेंडर' मधला चिमण असो, किंवा 'राईलकर' असो माणसांच्या ज्या मूळ वृत्ती आणि प्रेरणा असतात, त्यांचंच दर्शन घडवायचं माध्यम फक्त फॅण्टसीचं. ह्या संकेतानुसार रातराणीनं प्रवास करताना हातांना रग लागते त्या ठणक्यातून 'दे हाता' कथा जन्माला येते किंवा, 'तुझा ताप जर मला घेता आला असता तर तू कथाकथनाचा दौरा करून आला असतास.' ह्या सीधासाध्या सदिच्छेतून 'भदे' जन्माला येतो.

मात्र ह्या सगळ्या कल्पना राबवतानाही काही संकेत सांभाळावे लागतात. फॅण्टसी म्हणजे वाटेल ते स्वातंत्र्य घेणारी कथा नव्हे. किंवा 'मन:पूतं समाचरेत्' ह्यासाठी स्वीकारलेलं माध्यम नव्हे. माझ्या मते ह्या माध्यमालाही त्याचं स्वत:चं तर्कशास्त्र आहे. त्याचप्रमाणे प्रत्येक कथानकाला त्याचा असा अंगभूत अपरिहार्य परिपोष आहे. फॅण्टसी हा साहित्यप्रकार इतर वास्तववादी साहित्यापासून आवश्यक असलेलं स्वातंत्र्य जरी घेत असला तरीही फॅण्टसीतला जो वास्तववाद असेल त्यापासून तो स्वातंत्र्य घेऊ शकत नाही.

ह्याचा नेमका अर्थ काय?

तर 'महाराजा' ह्या कथेत एअर इंडियाचा महाराजा, एअर इंडियातल्या राजकारणाला विटून पळून जातो. ही झाली फॅण्टसी तिथल्या राजकारणाबद्दल. ढोंगी माणसांबद्दल जे व्यक्त करायचं ते ते सगळं वास्तवातलं असायला हवं पण हा सगळा उद्रेक व्यक्त करण्याचं कथेचं प्रयोजन संपल्यावर महाराजा पुन: एअर इंडियात नोकरीला जायलाच

हवा. 'तेव्हापासून एअर इंडियाला बोधचिन्ह उरलं नाही.' असा ह्या कथेचा शेवट करता येणार नाही.
तीच गोष्ट 'इमारत' बाबत.
एखादी इमारत कोसळते. REPAIR BOARD ह्या भंपक यंत्रणेतर्फे जर त्या इमारतीची डागडुजी झालेली असेल तर डागडुजी केलेला भागच प्रथम कोसळतो. कोऱ्या करकरीत इमारतीही बांधकाम चालू असतानाच कधी कधी कोसळतात. त्यानंतर चौकशी समिती नेमून आणखीन काही माणसांची खाण्याची सोय केली जाते. वर्ष-दोन वर्ष समिती संशोधन करते. (म्हणजे नक्की काय करते ते ब्रह्मदेवाच्या बापाला... oh, no, समितीलाच माहीत) त्यानंतर, इमारत कोसळ्याबरोबर जी कारणं वर्तमानपत्रातून प्रसारित होतात तीच कारणं समिती पुन: नव्यानं जाहीर करते. फक्त एका बातमीला 'अंदाज' म्हणतात, तर दुसऱ्या बातमीला 'अहवाल' म्हणतात. कोसळणाऱ्या इमारती कोसळतात. मरणारे मरतात, कंत्राटदार सुटतात.
कोसळताना संपूर्ण इमारत कोसळतेच असं नाही. काही भागाला धक्काच काय पण झळही लागत नाही. ही झाली वास्तवता. चौकशी समितीचेही कुणी हात ओले केले नाहीत तर खरा प्रकार प्रकाशात येऊ शकतो. पण आपण स्वत: अंशत: का कोसळलो हे स्वत: त्या इमारतीला माहीत नसेल का?
ह्याच विचारातून 'इमारत' फॅण्टसीचा जन्म. अर्धी इमारत कोसळते हे वास्तवतेचं बंधन संभाळता संभाळता, पोटार्थी, प्रामाणिक माणुसकीचं नातं जपणाऱ्या बिऱ्हाडकरूच्या फ्लॅटला धक्का लागत नाही. हे फॅण्टसीतही घेतलेलं स्वातंत्र्य.

'दामले एकबोटे' ही गाजलेली भुताची कथा. एकबोटे हा गृहस्थ पापभीरू मनाचा. परवानगीशिवाय दामल्यांच्या घरी गुपचूप राहायला न येण्याइतकी सभ्यता एकबोट्यांनी टिकवली आहे. त्यांची बायको आणि मुलं एकबोट्यांच्या धाकात आहेत. 'आमच्यापैकी तुम्हाला कुणीही कसलाही उपद्रव देणार नाही' असं एकबोटे बायको आणि तीस-चाळीस मुलांच्या वतीनं सांगू शकतात. 'नळात राहायला जा' म्हटल्यावर त्यातली पाच मुलं गणपुल्यांच्या नळात मुक्कामाला तयार होतात. कुटुंबातील सगळ्या माणसांच्यावतीनं जो कुटुंबप्रमुख असे निर्णय घेऊ शकतो आणि परक्या माणसाला शब्द देऊ शकतो त्यानं संसार जिंकला.
म्हणूनच, मेल्यानंतरही ज्या एकबोट्यांना जीवंतपणीचे संस्कार सोडत नाहीत त्या एकबोट्यांच्या वागण्यात एक संयम आहे. घरातल्या एकूण एक गोष्टी भुतांना दिसतात म्हटल्यावर, वाट्टेल ते स्वातंत्र्य जसं एकबोट्यांना घेता आलं असतं तसंच ते मला पण घेता आलं असतं. पण एकदा एकबोट्यांच्या स्वभावाची आणि वृत्तीची दिशा निश्चित ठरल्यावर एकबोटे भलतं-सलतं स्वातंत्र्य घेणार नाहीत. घरातल्या

सगळ्या गोष्टी दिसतात म्हटल्यावर दामले पतिपत्नीचा शृंगार एकबोट्यांनी पाह्यलाच नसेल का? पण तिथंही वास्तवतेचा विचार करायचा ठरवलं की पतिपत्नी ज्याप्रमाणे मुलं गाढ झोपेपर्यंत ताटकळतात त्याप्रमाणे दामलेही एकबोट्यांना झोप लागेतो थांबत असावेत.

फॅण्टसीतही स्वीकारलेला हा संयम आणि गृहीत धरलेली वास्तवता. ह्या संयमालाच तमाम टीकाकार मंडळी 'मध्यमवर्गी, सदाशिव पेठी' असं हेटाळणीच्या स्वरात म्हणतात.

खुशाल म्हणोत.

'शालू नेसतानाच चांगला दिसत होता' इतपत शृंगारातल्या काव्यातच मला हरवायला आवडतं. फॅण्टसीतले एकबोटे फॅण्टसीपुरतेच खरे. खऱ्या, दैनंदिन जीवनात जर एकबोटे प्रसन्न झाले असते तर मी त्यांना दोन गोष्टींचा शोध घ्यायला सांगितला असता. माझ्या प्रकाशकांनी माझ्या पुस्तकांची आवृत्ती किती हजारांची काढली आहे हे शोधायला लावलं असतं आणि माझ्या एकूण कॅसेटस् किती खपतात ह्याचाही करेक्ट आकडा आणायला सांगितला असता. मग मोव्हॅक कंपनी सुटली नसती आणि त्या कंपनीपर्यंत नेणारा एक डॉक्टर मित्रही (?) त्याच्या घरी शीवला शांत झोपा काढू शकला नसता.

'फॅण्टसी' हा साहित्यप्रकार पुरातन आहे. इसापनीती, पंचतंत्र, सिंहासनबत्तिशी, फार कशाला, रामायण, महाभारतामधील अनेक आख्यायिका, प्रसंग, वर्णनं फॅण्टसीच्या सदरात चपखल बसतील. त्यांपैकी काही भलत्याच अवास्तव आहेत पण तरीही त्या निवेदनात माणसाच्या मूळ वृत्तीचा मागोवा घेण्याचं जबरदस्त सामर्थ्य आहे. फॅण्टसीचं हेच वैशिष्ट्य. हीच ताकद.

चमत्कृती गौण ठरते. आशय तुमच्या मनाचा वेध घेतो. फॅण्टसीचा उपयोग आचार-विचारातल्या विसंगतीवर नेमकेपणानं बोट ठेवण्यासाठी होती. राजकारण, सरकारी धोरण, इथपासून भ्रष्टाचार, लाचलुचपत, वशिलेबाजी, सामाजिक अन्याय ह्या सगळ्या अनागोंदी कारभारावर जसा परखड अग्रलेख लिहिता येतो त्याचप्रमाणे फॅण्टसीही.

फॅण्टसी ही काहीशी सर्कशीतल्या विदूषकासारखी असते. विदूषकाला विदारक सत्य सांगण्याचा एक वेगळा अधिकार असतो. ते सांगताना त्याला कुणाचीही टोपी उडवण्याची मुभा असते.

कारण विदूषकाचा किंवा फॅण्टसीचा रोख व्यक्तीवर नसतो. वृत्तीवर असतो. इथं वस्त्रहरण होतं ते अधिकाऱ्यांचं नव्हे तर यत्रणेचं.

मात्र ते वस्त्रहरण करणारी व्यक्ती पण मातब्बर हवी. विदूषकाचे चाळे इतर कलावंत

सहन करतात, कारण विदूषक स्वत: एक उत्कृष्ट सर्कसपटू असतो. म्हणूनच, 'महापालिकेचा भोंगळ कारभार सुधारायचा असेल तर पुन: चाबकाच्या फटक्यांची शिक्षा सुरू करा' हे ठणकावून सांगण्याचा अधिकार फक्त श्रीमंत रघुनाथ पेशव्यांना पोहोचतो.

तेवढ्यासाठीच, श्रीमंत रघुनाथ पेशवे, महापालिकेत नोकरी करतात असं दाखवावं लागतं. श्रीमंत पेशवे नुसतं एवढं बोलून थांबत नाहीत ते खरोखरच साईटवरच्या मुकादमाला चाबकानं फोडून काढतात, वेगवेगळ्या कमिटीच्या चेअरमन्सची हजेरी घेतात आणि टेंडर्स मागवण्याच्या पद्धतीपासूनच कसा भ्रष्टाचार खपवून घेतला जातो हे प्रत्यक्ष कमिशनरला सुनावतात. ह्या सर्व गोष्टी विसाव्या शतकातल्या एखाद्या देवधर, भोळे किंवा कुलकर्णी आडनावाच्या माणसानं केल्या तर कुणी मनावर घेणार नाही. फार कशाला, ती कथा कुणी वाचणारही नाही. पण 'श्रीमंत रघुनाथ पेशवे' म्हटलं की ते नावच हे अधिकार स्वत:कडे घेतं. महापालिकेत मी स्वत: नोकरी करीत असताना ही कथा लिहू शकतो. इतकंच नव्हे तर कथाकथनात, कमिशनरसमोर मी हीच कथा सांगू पण शकतो. श्री. अफझुलपूरकरांसारखा जिंदादिल कमिशनर पण ह्या कथेला मोकळी दाद देतो तेव्हा फॅण्टसीचं सामर्थ्य नव्यानं जाणवतं.

अर्थात ह्या सामर्थ्याची जाणीव खूप बालवयात झाली आहे. श्रमसाफल्य वास्तूतल्या माजघरानं मला हे सामर्थ्य दाखवून दिलं आणि त्याच वेळी कथाकथनातल्या शक्तीची प्रचीती ताईनं निदर्शनाला आणून दिली.

तेव्हापासून फॅण्टसीची वाट पाहणं सुरू आहे. फॅण्टसी हा माझा विसावा आहे. उदास मन:स्थितीवरचा उतारा आहे. लेखनाच्या दिगंताच्या प्रवासातली सावली आहे. फॅण्टसीच्या राज्यात मला हवं ते सगळं घडू शकतं. ते घडवण्यासाठी कधी परीकथेतली परी माझ्याशी संसार करून जाते, कधी कॅलेंडरमधली बाई साकार होते, तर कधीकधी एअर इंडियातला महाराजा माझ्या घरी मुक्कामाला येतो. सध्याच्या तरुण पिढीला किती गोष्टींपासून वाचवणे जरुरीचं आहे हे सांगत कधीकधी एखादा राक्षस येतो तर सरकारी कचेरीत, सचिवालयातल्या एकूण एक खात्यात भ्रष्टाचार पाहून सगळ्या खुर्च्यांचा मोर्चा मला फॅण्टसीच्याच राज्यात भेटतो आणि त्याहीपेक्षा कमाल म्हणजे जुन्या वस्तूंच्या बदल्यात नव्या वस्तू सर्रास देणारा मायाबाजारही माझ्याच घराजवळ भरतो. आटपाट नगरीतल्या रडणाऱ्या ब्राह्मणाला भेटणारे शंकर, पार्वती, त्रिभुवनात संचार करणारे नारदमुनी तर माझ्या हाकेसरशी मला प्रसन्न होतात.

महाराजा, नारदमुनीपासून राक्षसापर्यंत सगळी मंडळी मला त्यांच्याबरोबर त्यांच्या गूढ, भीतिग्रस्त राज्यात किंवा स्वर्गात नेत नाहीत. ह्याउलट ती सगळी मंडळी

माझ्या अवतीभवती वावरतात. ही थोर मंडळी बँकेत येतात, ऑफिसात येतात, मी जसा जगतो तशी जगतात. त्यांच्या superhuman शक्तीचा वापर ते मलाच वाकवण्यासाठी किंवा दिपवण्यासाठी करीत नाहीत. त्यांच्या शक्तीसह ते माझ्यासमोर वाकलेले असतात. कोणतेही अधिकार आणि बळ नसलेला पण सगळ्या विश्वाबद्दल सदिच्छा बाळगणाऱ्या माझ्यासारख्या सशाला, सिंहाचा पाठिंबा मिळतो तो फॅण्टसीतच. बहुसंख्य माणसांची, ह्या राज्यात वावरताना हीच स्वप्नं आहेत. त्या माणसांना व मला ह्याच कथेतून हवंहवं ते सगळं मिळतं. त्याशिवाय आणखीन काय काय मिळालं आहे?

मन उद्ध्वस्त करणारे अनुभव पचवण्याचे सामर्थ्य मला फॅण्टसीनं दिलं आहे. फॅण्टसीच्या कुशीत मी असा विसावलो, क्षणभर डोळे मिटून घेतले की मला काय दिसतं? शंकर नावाचा शिपाई येतो आणि एकमेकांकडे कलुषित नजरेनं बघणाऱ्या माणसांच्या चष्म्याची अदलाबदल करतो. ती ती माणसं एकमेकांची मित्र होतात. शिंप्याच्या दुकानातले ब्लाऊज एकमेकाशी भांडतात आणि प्रतिष्ठेचे बुरखे फाडतात. ब्रह्मदेवाचा बाप काढणाऱ्या राईलकरांना आपली जागा खरी कोणती ते समजतं. श्रीमंत रघुनाथराव पेशवे ह्यांच्या रूपानं, महापालिकेतल्या सत्तावीस वर्षांच्या नोकरीत मला जे ढोंग दिसलं, त्यावर मीच हल्ला चढवलेला असतो.

आयुष्यातली निसटलेली सुखं मला सुख विकण्याच्या दुकानात गवसतात. आशा, आकांक्षा, स्वप्नं ह्या सगळ्या गोष्टी, अतृप्त इच्छा मला फॅण्टसीच्या राज्यात पुऱ्या करता येतात. इथं दुष्टांचा नि:पात करताना प्रत्यक्ष भीम माझ्या पाठीशी असतो, मीच माझा कर्ताकरविता असतो. वास्तवतेचं मला भान ठेवायचं असतं, बाऊ करायचा नसतो.

'असं असं आहे' इथपासून 'असं असायला हवं होतं' ह्यातलं अंतर मी कापलेलं असतं. 'जे असायला हवं होतं,' तेच अवतीभवती असतं.

त्यासाठी प्रतीक्षा असते एका नव्या फॅण्टसीची.

आणि ती तर रुसलेली असते.

हटवादी प्रेयसीप्रमाणे.

'केल्याने देशाटन'

प्रवासानं माणूस चतुर होतो, असं म्हणतात. माझा ह्यावर विश्वास नाही. वर्षोन्‌वर्ष प्रवास करणारे अनेक गणंग मी पाहिलेले आहेत; ज्यांच्यात आजतागायत काहीही फरक पडलेला नाही. सातत्यानं प्रवास करणारा चतुर होतो. हे जर खरं असेल तर रेल्वेतला तिकीट चेकर हा सर्वश्रेष्ठ हुशार माणूस, असं म्हणायला हवं.

तसं मुद्दाम म्हणायची गरज नाही म्हणा. ती जमात असतेच तशी.
एका प्रवासातली हकीकत.
माझ्या समोरच्या बाकावर कॉलेजस्टुडण्टस्‌ची टोळी. विद्यार्थ्यांना कॉलेजकडून-नव्हे रेल्वेखात्याकडून सवलतीच्या दरात प्रवास करण्याची परवानगी दिली जाते. त्या सोयीचा फायदा घेऊन अशाच कुठल्या तरी कॉलेजची मुलं सहलीला चालली होती. गाडीत बसल्यापासून मी त्यांचं निरीक्षण करीत होतो.

ही माझी नेहमीची सवय.
खिडकीतून बाहेरचा निसर्ग, उलट दिशेनं धावणारी झाडं ह्यात मी फार काळ रमत नाही. हां, आता अगदी घाट वगैरे असेल तर गोष्ट वेगळी. त्यात पावसाळा असावा. मग डब्यात बघायचंच नाही. कारण, पावसाच्या मोसमात घाट कधी जुनाच होत नाही. खंडाळ्याच्या घाटाची आता, अतिपरिचयानं अवज्ञा व्हायला हरकत नाही. पण नाही. प्रत्येक पावसाळ्यातल्या प्रवासात हा घाट फॅन्सी ड्रेस कॉंपिटिशनप्रमाणे नव्या रूपात भेटायला येतोय्. असे अपवाद वगळले तर बाकी सगळा तोचतोपणा असतो.
डब्यातच गंमतीगमती पाहायला मिळतात. वेगवेगळी माणसं, निरनिराळ्या वृत्ती.
अशाच एका प्रवासात, पहिल्या वर्गाच्या डब्यात मी पाऊल टाकलं. तिकीट चेकरनं म्हणा किंवा कंडक्टरनं म्हणा, मला 'ए' कंपार्टमेंटमधे जायला सांगितलं. तर तिथं अगोदरच एक बाई बसल्या होत्या. माझ्या पाठोपाठ कंडक्टर आलाच. अत्यंत नम्र आवाजात त्या बाईंना तो म्हणाला,
'आपण कृपा करून 'बी' कंपार्टमेंटमधे बसाल का?'

ती ताठ्यानं म्हणाली,
'मी इथून उठणार नाही. तुम्हीच मला प्रथम इथं बसायला सांगितलंत ना?'
मग तो कंडक्टर आणखीन नम्रतेनं म्हणाला,
'आपली मर्जी. आम्ही आपली सेवा...'
कंडक्टरचं वाक्य संपायच्या आत ती ठोकळ्यासारख्या चेहऱ्याची बाई म्हणाली,
'आमची सेवा करण्यासाठीच तुम्हाला ठेवलं आहे.'
कंडक्टर चेहरा टाकून बाहेर गेला.
खिशात तिकीट असतानाही मी प्रवासात ह्या युनिफार्ममध्ये वावरणाऱ्या थोर मंडळींना टरकून असतो. मी त्या बाईकडे कौतुकानं पाहायला हवं होतं. पण अकारण मग्रुरीनं वागणारी माणसं मला आवडत, पटत नाहीत. प्रत्येकजण स्वत:च्या पोटासाठी व्यवसाय करतो. इथं कोण कुणाची सेवा करतो?
मी कंडक्टरला गाठलं. तो म्हणाला,
'सोलापूरच्या कार्यकर्त्या आहेत, अधिकारपदावर आहेत, ऐकायला हवं.'
'तसं असेल तर त्यांनीच खरी सेवा करायला हवी. ही मस्ती खुर्चीची. ती गेल्यावर ह्यांना कोण विचारील?'
'त्यांचं नाव?'
'फक्त नावातच 'निर्मल' आहे.' कंडक्टर डोळा मिचकावीत म्हणाला.

प्रवास म्हटलं की असं होतं. एका प्रवासातली हकीकत सांगताना, दुसऱ्याच प्रवासातलं आठवायला लागतं.
तर,
समोर कॉलेजस्टुडण्टस्. त्यांच्या वयोगटाप्रमाणे ती मंडळी फिरक्या घेण्याचं काम करीत होती. त्यांच्या गप्पांत सभ्यता नव्हती, विद्वता नव्हती, चातुर्याचा तर मागमूस नव्हता. उत्तम विनोदाला वेगळीच प्रगल्भता लागते. पण ही मुलं फक्त चेकाळल्यासारखी वागत होती. तारुण्य असंच वाहत्या पाण्याप्रमाणे सळाळत असतं. पण झऱ्याचं शुद्ध, पारदर्शक पाणी वेगळं आणि पावसाळ्यापुरते वाहणारे गढूळ नाले वेगळे. त्यात भर म्हणजे मधेच एका स्टेशनवर दोन-तीन मुली माझ्या आजूबाजूला बसल्या. मग तर काय?- काय करू आणि काय करू नको, असं त्यांना होऊन गेलं. माणूस ज्या पातळीचे विनोद करतो त्यावरून त्याचे संस्कार समजतात. मला त्यांपैकी प्रत्येकाची संस्कृती समजत होती. आपले शेरे, विनोद फार 'ग्रेट' आहेत, असं त्यांना वाटत होतं. इतर प्रवाशांनी आणि आता तर विशेषत: त्या मुलींनी खळखळून हसून त्यांना प्रतिसाद द्यावा, ही त्यांची अपेक्षा होती.
त्या मुलांपैकी एक मुलगा मात्र वेगळा होता. बदकं आणि राजहंस ह्यात जसा फरक

असतो, तसा तो राजहंस होता. त्याच्या हातात एक पुस्तक होतं. ते तो मधूनमधून वाचत होता. एकानं ते पुस्तक काढून घेत म्हटलं,

'This is not library.'
'मी तुमचं सगळं, ऐकतोय. I am enjoying it.'
'त्यात भाग घे.'
'तुम्ही काहीतरी चांगलं बोला, मग मी भाग घेईन.'
त्यावर तो सगळ्यांना म्हणाला,
'चलारे, आता आपण 'ईशावास्योपनिषद्' वर बोलू.'
दुसरा म्हणाला,
'अहं, 'इश्य-- वास्योपनिषद्' वर बोलू.'
ते सगळे खिदळले. मुली गंभीरच राहिल्या. आणि तेवढ्यात कंडक्टर आला. त्या क्षणी त्यांच्यापैकी दोघं टॉयलेटकडे पळाली. पण नवल असं की त्या पळणाऱ्या चुकार प्रवाशांकडे कंडक्टरनं लक्षही दिलं नाही. उरलेल्या मुलांसमोर तो उभा राहिला. पाच दहा मिनिटं त्या मुलांनी त्याच्या बेदम फिरक्या घेतल्या. कातावून न जाता त्यानं खिलाडू वृत्तीनं त्या स्वीकारल्या. त्यानंतर त्या मुलांनी रेल्वे सवलतीचा फॉर्म दाखवला. सात-आठ मुलांचं एकच तिकीट होतं. ते तपासून झाल्यावर कंडक्टर म्हणाला,
'पळण्याचं नाटक करणाऱ्या तुमच्या मित्रांना बोलवा आणि त्यांना सांगा, कंडक्टरला 'उल्लू' बनवायचे हे खेळ जुने झाले. मी सगळं ओळखतो.'
एकानं त्या दोघांना बोलावून आणलं; आणि कंडक्टरला विचारलं,
'तुम्ही हे कसं ओळखलंत?'
त्यावर तो म्हणाला,
'हे काहीच नाही. मी आणखीन एक मामला ओळखला आहे. त्याची गंभीर दखल घ्यायचं जर मी ठरवलं, तर ही ट्रिप सोडून तुम्हाला सगळ्यांना तुरुंगात जावं लागेल.'
कंडक्टरनं हे इतक्या गंभीर आवाजात सांगितलं की तो तसं वागल्याशिवाय राहणार नाही हे त्या मुलांनी ओळखलं. ती गप्प झाली पण त्याच वेळी कंडक्टरनं कोणता मामला ओळखला हे जाणून घेण्याचं कुतूहल होतंच.
'काय ओळखलंत जरा सांगणार का?'
इतरांपेक्षा वेगळा वाटणाऱ्या मुलाकडे बोट करीत कंडक्टर म्हणाला,
'ह्या मुलाला तुमच्या सवलतीच्या तिकिटावर प्रवास करता येणार नाही.'
'का? तो आमचा मित्र आहे.'
'असेल.'

'कॉलेजचा विद्यार्थी आहे.'

'ते मी नाकारीत नाही.'

'मग?'

कंडक्टर ठामपणे म्हणाला,

'हा विद्यार्थी आहे, पण तुमच्या कॉलेजचा नाही.'

'कशावरून?'

'ते मी नंतर सिद्ध करीन. मी हे अचूक ओळखलं हे कबूल करा. मी कोणतीही ॲक्शन घेत नाही. फक्त माझा अंदाज बरोबर आहे. हे मान्य करा.'

'मुळीच नाही. आम्ही सगळे इंजिनिअरिंग कॉलेजमध्ये आहोत.'

कंडक्टरनं त्या क्षणी त्या वेगळ्या वाटणाऱ्या विद्यार्थ्याचा हात हातात घेतला आणि म्हटलं,

'माझ्या लहानपणी दुसऱ्यांच्या नावावर सवलतीनं प्रवास करण्याचा अनुभव मला स्वत:ला आहे. मुलं अशीच असतात. तेव्हा माझं काही म्हणणं नाही. माझा अंदाज खरा ठरल्याचा मला आनंद हवा आहे.'

इतकं झाल्यावर त्या मुलानं कबूल केलं.

'आता कसं ओळखलंत, सांगा.'

सगळ्यांकडे बघत कंडक्टर म्हणाला,

'ही सगळी मंडळी इंजिनिअरिंग कॉलेजची आहेत पण तुम्ही मेडिकल कॉलेजला आहात, हे मी तुमच्या स्वच्छ हातावरून, तळव्यांवरून ओळखलं. तुम्ही मंडळी वारंवार हात धुता, म्हणून ते वेगळे जाणवतातच.'

कंडक्टर शांतपणे उठला.

'तुम्हाला मानलं.' सगळ्यांनी एकदिलानं सांगितलं.

मी न राहवून विचारलं,

'फक्त हातावरून जाणलंत?'

एक डोळा मिचकावीत तो म्हणाला,

'बाकीची मुलं, त्या मुलींना पाहून चेकाळलीत; आणि हा प्राणी शांत आहे. त्या मानानं. करेक्ट?'

'ॲब्सोल्यूटली. पण असं का असेल?'

'इंजिनिअरिंग कॉलेजला मुली अगदी मोजक्या असतात. मेडिकलची मुलं त्या मानानं तृप्त असतात.'

मी मनातल्या मनात सलाम केला.

माझं ग तारू....

एखाद्या ठिकाणी ज्या प्रकारच्या माणसांची गर्दी जमते त्यावर, सादर होणारा कार्यक्रम कोणत्या दर्जाचा आहे ते ठरवता येतं. डॉ. अजित फडके, डॉ. श्रीखंडे, कविवर्य शंकर वैद्य, सौ. सरोजिनी वैद्य, आरती टिकेकर (अंकलीकर), उत्तरा केळकर, रवी दाते, अरुण दाते, नाना पाटेकर, मोहन वाघ, दिग्दर्शक राजदत्त, अशी मातब्बर आणि वैयक्तिक क्षेत्रात स्वत:ची उंची स्थापन केलेली मंडळी जेव्हा एकत्र दिसतात तेव्हा प्रश्न पडतो की ह्या सगळ्यांना धरून ठेवणारा असा कोणता धागा असू शकतो?

गदिमांच्याच भाषेत सांगायचं तर ही सगळी मंडळी, अगदीच 'दु:खाचे धागे' जरी नसले तरी, काहीना काही विवंचनेचे, दगदगीचे, धावपळीचे धागे, विसरण्यासाठी 'एका सुखाच्या' धाग्यासाठी जमली होती. हा 'एक धागा सुखाचा' म्हणजेच 'एक धागा सुरांचा' असा होता.

आपापल्या क्षेत्रातल्या ह्या बुजुर्गांचं स्वागत करताना कविराज सुधीर मोघ्यांनी हेच सांगितलं की,

'सभामंडपात आणि रंगमंचावर दोन्ही ठिकाणी सुरांशी नातं असलेली आप्तमंडळी जमली आहेत.'

ही गोष्ट खरी होती.

सभामंडपातल्या मोजक्या रसिकांची आणि मान्यवरांची नावं मी सांगितली. इतर मान्यवर अपरिचित होते. आणि रंगमंचाचं ऐश्वर्य काय सांगावं?-त्यासाठी एकच नाव पुरेसं आहे.

पं. भीमसेन जोशी.

श्रीधर फडके ह्यांनी स्वरबद्ध केलेल्या अभंगांच्या कॅसेटचा हा प्रकाशन सोहळा होता. आणि त्यासाठी अ-भंग, अभंगगायक पं. भीमसेनजी उद्घाटक म्हणून आले होते. मैफलीचं स्वागत स्वत: श्रीधरनी 'त्रिभंगी देहुडा' ह्या जबरदस्त अभंगानं केलं. सुधीर मोघे ह्यांचं छोटंसं भाषण म्हणजे एक कविताच होती.

सुरेश वाडकरांच्या दमदार आवाजात सादर केलेल्या तीन अभंगांनी मैफलीची सांगता

झाली. दीड-पावणेदोन तासात संपलेला चुटपुटता कार्यक्रम.

एक श्रोता म्हणून सुरांचं नातं सांगत मी ह्या कार्यक्रमाला गेलो आणि शेवटी गायलेल्या मालकंसाचे सूर डोक्यात साठवून घरी परतलो.

'सूर डोक्यात साठवून' वगैरे म्हणायचं. पण ते खरं नाही. त्या सुरांनी खरं तर पोखरलं हातं. अनेक व्यथांना जागं केलं होतं. शाहू सभागृहातला तो समारंभ मनामधे रेंगाळत होता. त्या समारंभाच्या साधेपणाने, अनौपचारिकतेने एक वेगळा परिणाम केला होता. केवळ शे-सव्वाशे माणसंच त्या समारंभाला उपस्थित होती.

'पुढे काय?-नंतर काय?'-ह्या प्रश्नांनी मी बेचैन झालो होतो.

एक समारंभ झाला. तो विसरला जाईल. जन्माला आलेली गाणी आणि त्यांची तयार केलेली कॅसेट किती खपेल? ती गाणी किती रसिकांपर्यत पोहोचतील? किंबहुना, कुठं तरी एक काहीतरी चांगलं देण्याचा प्रयत्न झाला आहे, हेच किती जणांना समजेल?

अवाढव्य जाहिरातींच्या आतषबाजीत हरवणारी कलात्मक नाटकं, आणि वाद्यवृंदाच्या भाऊगर्दीत फासावर गेलेलं संगीत, ह्या स्पर्धेत अभंगांची ही कॅसेट खरोखर अभंग राहील का?

श्रीधर फडक्यांशी ह्या प्रकाशनसोहळ्याच्या संदर्भात चर्चा करीत असताना माझं लक्ष समोरच्या भिंतीवरच्या बाबूजींच्या फोटोकडे वारंवार जात होतं. निव्वळ तसबिरीच्या खाली 'अमुक अमुक गाणं गात असताना' अशी ओळ छापून काही उपयोग नसतो. छायाचित्रातली तंद्री आणि एकतानता न सांगता भेदून जाते.

बाबूजींच्या बाबतीत तर त्यांची तंद्री, गीतातला भाव, उत्कटता, उच्चार...ह्यापैकी नव्यानं काहीच सांगायला नको. ते सगळं तसंच्या तसं तसबिरीत उतरतं. आणि बाबूजींसारख्या व्यक्तीच्या संदर्भात तर जे मर्मबंधात आहे ते सगळं त्यांच्या हालचालीत, उद्‌गारात, मंदस्मितात सर्वत्र उमटतं. तीन तपांच्या वर 'सुधीर' ह्या नावातली जादू टिकली आहे. बाबूजींप्रमाणेच तीन तपांहून जास्त, म्हणजे बाबूजींपेक्षा काही काळ जास्त साम्राज्य केलं ते गजाननराव वाटव्यांनी. आज, अगदी ह्या घटकेला श्री. वाटवे ह्यांच्याजवळ सुमारे शंभर ते सव्वाशे नव्या चाली आहेत. त्यांचा आवाज निसर्गक्रमानुसार थकणं स्वाभाविक आहे. पण डोक्यातल्या 'रिड्स' शाबूत आहेत. साडेतीन सप्तकांची हार्मोनियम तिथं अद्यापि वाजत आहे.

वाण आहे गळ्याची; ते नोटेशन टिपणाऱ्या दुसऱ्या गळ्याची. (जे. श्री. गजाननराव वाटवे ह्या-

जी शोकांतिका वाटव्यांसारख्या मातब्बर संगीत दिग्दर्शकाची, त्यापेक्षा जास्त शोकांतिका श्री. यशवंत देवांसारख्या एव्हरग्रीन संगीतकाराची. त्यांनी खुशाल भगवी वस्त्रं धारण केलेली असोत. आत झरा वाहतो आहे. आमचे वाटवेसाहेब बिचारे

जुन्या जमन्यातले. देव त्या मानाने अलीकडच्या युगातले. म्हणजे वाटव्यांच्या डोक्यात हार्मोनियम असेल तर देवांच्या बाबतीत 'ॲकॉर्डियन' म्हणायला हवं. पण तरीही पुढे काय?

'शब्दप्रधान गायकी'चा मंत्र जपणाऱ्या देवांच्या संगीत दिग्दर्शनाची वाटचाल आज दिशाहीन झाल्यासारखी वाटते. 'चाल' नित्य नवी आहे. 'वाट' रोखलेली आहे. कुणी?

मान्य करा अथवा करू नका. सुगम संगीत, नाट्यसंगीत, चित्रपटसंगीत आणि शास्त्रोक्त संगीतही ह्यापैकी कोणताही संगीताचा प्रकार असो, प्रचाराचं एकमेव जबरदस्त माध्यम आकाशवाणी आणि आकाशवाणीच होतं. 'फ'

'इस गानेकी फर्माईश करनेवाले हैं'...करीत दोनशे श्रोत्यांची नावं सांगण्यात वेळ वाया घालवण्याची प्रथा त्या काळात नव्हती. म्हणूनच 'झुमरीतलैय्या' नावाचं एक गाव आहे ह्याचा माणसांना तर सोडाच पण नकाशालाही पत्ता नव्हता. ह्या गावातली माणसं केवळ गाणीच अैकत असावीत की काय? इचलकरंजी आणि भिवंडीला घराघरांतून माग असतात त्याप्रमाणे झुमरीतलैय्यातली माणसं चोवीस तास गाण्याच्या 'मागावर' असावीत. आज शंभर नावं फर्माइशकारांची, मग तीन भंगार जाहिराती आणि त्यानंतर काय ऐकायचं,

'तुरू रूरू रूरू ऽ रूरू.'

तेरा मेरा प्यार शुरू

सारखं गाणं. जोडे शिवणाऱ्या चांभाराजवळ ट्रॅन्झिस्टर दिसतो ह्याचा अर्थ संगीताचा प्रसार झाला हा नसून, हा कुटुंबनियोजनाच्या प्रचाराचा प्रसार अहे. कुटुंबनियोजन करवून घेणाऱ्या व्यक्तीच्या पहिल्या मुलाबाळांना क्रमिक पुस्तकं अभ्यासासाठी फुकट देण्याऐवजी सरकारनं रेडिओ फुकट दिले आणि 'सेल्स'चा खप वाढवला. सेल्स तयार करण्यात ज्या कंपनीचा अग्रहक्क मानावा त्या 'युनियन कार्बाईडनं' हजारो माणसं मारून लोकसंख्येला वेगळ्या तऱ्हेने हातभार लावला. विषयांतराचा आरोप मान्य केला तरीही, ही संगीताची प्रगती नव्हे, कारण

हातात कागदी नोटा-स्वस्त होऊन आल्या त्याची ही लक्षणं आहेत. तीस वर्षांपूर्वी, एखाद्या चाळीत सात-आठ बिऱ्हाडांपैकी एकदोघांकडेच रेडिओ असत. आणि दूरदर्शन आल्यावर आज फक्त, रस्त्यावरून जाताना मान वर करून 'अँटिनां'ची संख्या किती आहे ते पाहावं आणि तरीही संगीत वा साहित्याचा प्रसार झालेला नाही. तीस-पस्तीस वर्षांपूर्वी नभोवाणीनं जे कार्य करून दाखवलं ते आज दूरदर्शनला जमलेलं नाही.

त्या काळी, श्रीमती हिराबाई बडोदेकर, सरस्वती राणे, माणिक दादरकर (सध्याच्या सौ. माणिक वर्मा), पं. पलुस्कर, पंडितराव नगरकर, विनायकबुवा पटवर्धन

ह्यांच्यासारखी शास्त्रोक्त संगीतात चिंब करणारी, ज्योस्नाबाई भोळे, गंगाधरपंत लोंढे, सुरेश हळदणकरांची नाट्यगीतं, गजाननराव वाटवे, नावडीकर, मोहनतारा अजिंक्य, वत्सला कुमठेकर, नलिनी मुळगावकर ह्यांची भावगीतं अशी चैन होती. घरोघरी रेडिओ नसताना ह्या मंडळींच्या गाण्याचं बोट आम्ही घट्ट धरलेलं होतं. पुणे आकाशवाणी केंद्र आणि गदिमांचं गीतरामायण ही सांगड तर जन्मात विसरली जाणार नाही. त्या दिवसापासून तर वेगळं स्वरयुग सुरू झालं. कलियुगाची आठवण ह्या स्वरयुगापासून राह्यलीच नाही. हे युग सुरू केलं आमच्या बाबूजींनी- 'सुधीर फडक्यांनी.' गदिमा, सुधीर फडके, राजा परांजपे ही चित्रपटसृष्टीतील ब्रह्मा, विष्णु, महेश ठरली. भावगीतांच्या राज्यात वसंत प्रभू, पी. सावळाराम आणि लता ह्यांनी अलौकिक गाण्यांचे नजराणे केले. वेगवेगळ्या प्रकारची गाणी सातत्यानं नभोवाणी ऐकवीत होती.

'शुक्रतारा, मंदवारा', 'हात तुझा हातातून', 'जरी ह्या पुसून गेल्या' सारखी गाणी 'भावसरगम'नं दिली.

हा काळ झपाट्यानं मागं पडला.

नाट्यसंगीत संपलं म्हणता रांगणेकरांचं 'कुलवधू' आलं. 'कुलवधू'पासून 'एक होता म्हातारा'पर्यंत श्री. रांगणेकरांनी नाट्यगीत कम् भावगीत घरोघरी रुजवलं. ज्योत्स्नाबाईंचा आवाज आणि त्यांची गाणी, आयुष्यात सकारण-अकारण येणाऱ्या औदासीन्यावर फुंकर घालत होती. स्वरराज छोटा गंधर्वांनी 'चांद माझा हासरा' पासून 'छळी जीवा दैवगती' पर्यंत एक नाट्यसंगीताचा वेगळाच मांडव उभा केला.

आणि संगीताचे हे वेगवेगळे अवतार जनमानसापर्यंत पोहोचले ते नभोवाणीमार्फत. राजकमलच्या 'रामजोशी' चित्रपटानं रम्य-संभावीत (White Coloured) पुणेकरांनाही लावणी गुणगुणायला लावली. 'सुंदरा मनामध्ये भरली' पासून 'घन:शाम सुंदरा'पर्यंत 'वसंत'च फुलला होता. इतर ऋतूंनी आपापली साम्राज्यं 'वसंता'साठी आंदण दिली होती. 'शांतारामा' नावाच्या एका 'I specialist' च्या चरित्रात वसंत देसाईबद्दल कौतुकाचे शब्द नसले तरी संगीताच्या वाटचालीवरच्या ह्या न संपणाऱ्या न कोमेजणाऱ्या सावल्या आहेत.

पी. सावळाराम, वसंत प्रभू ह्या जोडीप्रमाणेच अगदी अलीकडचा काळ गाजवला तो कविवर्य मंगेश पाडगावकर आणि श्री. यशवंत देवांनी. ही दोन नावं घेतली रे घेतली की तिसरं नाव 'ए फॉर ॲपल' न म्हणता 'ए फॉर अरुण' असं ज्युनियर के. जी. तला मुलगाही म्हणेल. ह्या तिघांनी मांडलेला 'भातुकलीचा संसार' - 'विराणी वाऱ्यावर विरून गेली' तरी आजही तो उभाच आहे.

'वारा फोफावल्या'पासून 'गगनी उगवला सायंताऱ्या'प्रमाणे भातुकलीच्या संसारापर्यंत जी जी गाणी मागे रेंगाळली ती का?-

आठवणीतल्या गाण्यांची यादीच द्यायचं म्हटलं तर मतदारसंघाची यादी आणि ही यादी ह्यात फरक पडणार नाही. ती ती गाणी आठवल्यावर जाग्या होणाऱ्या जाणिवा अत्यंत वैयक्तिक असतात. पाऊस अनेक ठिकाणी एकाच वेळी पडत असला तरी प्रत्येकाचं भिजणं वेगळं असतं. तेच नातं वेगवेगळ्या गाण्यांशी असतं. 'ह्या कातरवेळी, पाहिजेस तू जवळी' ह्या ओळीतल्या 'तू' ह्या एका शब्दात तेहेतीस कोटी देवांना, तितक्याच अंतःकरणात ओनरशिपची जागा मिळाली असेल. सुधीर गाडगिळांनी सादर केलेल्या 'आठवणीतील गाणी' - ह्या कार्यक्रमात कलावंतांनी भले हातात वह्या घेऊन गाणी म्हटली असतील. पण तरीही ही गाणी का टिकली? तर सोपे शब्द, त्याहून सोप्या चाली आणि प्राण ओतून गाणारे कलावंत. सुगम संगीत गाणाऱ्या कलावंताला शास्त्रीय संगीताचं ज्ञान असावं लागतं इतकंच मानलं जातं. पण त्याच्या बरोबरीनं साहित्याचीही सखोल जाण हवी, हे कोण मान्य करील?

आजचा जमाना तर काहीच न मानणाऱ्यांचा आहे. हा जमाना 'कॉन्स्टण्ट'चा नाही. 'इन्स्टण्ट'चा आहे. आज इथं कुणाला थांबायला सवड नाही आणि धावायला बळ नाही. काल 'आ' करायला शिकवलं की आज कार्यक्रम हवा. प्रसिद्धी हवी. दूरदर्शनच्या टॉवरला हजार फूट उंची आहे. भरपूर झालं. स्वतः कर्तृत्व, तपश्चर्या, व्यासंग ह्याबाबतीत उंची गाठली नाही तरी चालेल.

एका बाजूला हे चित्र.

दुसरीकडे ऑर्केस्ट्राचं पीक.

वीस-बावीस वादकांचा ताफा जमवला की सुमार कुवतीचा गायक वा गायिका खपते. ह्या कार्यक्रमातून संगीताला प्राधान्य कितपत असेल ह्याची शंका वाटते. डिस्को सेशन, ग्लास डान्स, रॉक डान्स, ब्रेक डान्स ह्यांच्याबरोबरीनं प्रकाशयोजनेच्या चमत्कारांची इतकी यादी जाहिरातीत असते की तो रोषणाईचा कार्यक्रम वाटावा. समाजातल्या एका विशिष्ट वर्गालाही शांत-तृप्त करणं आवश्यक आहे आणि डिट्टो लता, प्रति लता, अति लता, हुबेहूब मुकेश, दुसरा रफी, वगैरे कलावंतांनाही रंगमंच मिळणं जरुरीचं आहे.

प्रश्न आहे आणि उपासमार आहे ती अभिरुचिसंपन्न रसिकाची. ती गरज पुरवण्याचं मोठं कार्य नभोवाणी आणि मराठी चित्रपटसृष्टीनं एके काळी केलं.

मराठी चित्रपटव्यवसाय कायमच छाती पिटत रडत राह्यला आहे. भारत जसा सातत्यानं संक्रमणावस्थेतून जातोय तसा मराठी चित्रपटव्यवसाय. पहिली बोंब पैशाची. पाठोपाठ गुणवान कलवंतांची. आणि चित्रपट तयार झाला की चित्रपटगृहाचा ठणठणाट. एकटी 'भारतमाता' अजून मराठी मुलांच्या पाठीशी, लालबागसारख्या वस्तीत उभी आहे. उत्तम कथा हा जो कोणत्याही नाटक-चित्रपटाचा आत्मा असतो

त्याबद्दल लिहायचं कारण नाही. कारण आत्म्याचा केव्हाच लिलाव झाला आहे. म्हणूनच सुधीर मोघे, शांताबाई शेळके ह्यांच्यासारख्या प्रतिभासंपन्न कवयित्रीच्या रचना रसिकांपर्यंत कशा पोहोचणार?

दूरदर्शननं आकाशवाणीची हकालपट्टी केली आणि आकाशवाणीचं संगीतप्रसाराचं कार्य एकदशांशही केलं नाही. तिथंही वर्णी लागते ती इन्स्टण्ट संगीतकारांची. सोप्या चाली देण्याची अवघड वाट ह्यांना पेलत नसल्यानं अवघड चालीच्या सोप्या वाटेनं, अनेकांचा प्रवास चालला आहे. हृदयनाथ मंगेशकर आणि श्रीनिवास खळे ह्यांच्या न पेलणाऱ्या वाटेवरून अनेकजण चालले आहेत. शास्त्रीय संगीताचा ह्या उभयतांचा व्यासंग, मती कुंठित करील असा आहे. त्यांच्या चाली गळ्यावर चढणं अशक्य. गळ्यावरच चाल करून जाणाऱ्या ह्या उभयतांच्या रचना. पण हळूहळू ती गाणी तुम्हाला झपाटतात. त्यांच्या गाण्यांचा 'मोगरा' एकदा फुलला की फुलला. मग जो अवचित मोरपिसारा फुलतो तो फुललेलाच राहतो.

पण इतर पारिजातकाची, क्षणात कोमेजणारी फुलं, मोगऱ्याबरोबर स्पर्धा का करतात? कारण एकच.

थांबायला सवड नाही. सिंहावलोकनाला तर नाहीच नाही. पळायचं आहे.

ह्या पळापळीला सरकारचा संपूर्ण पाठिंबा आहे. गावोगावी दूरदर्शन पोहोचवण्यासाठी पळापळ. स्थापन केलेली केंद्रं तांत्रिकदृष्ट्या परिपूर्ण करण्याची सरकारला मुळीच गरज वाटत नाही. मुंबई दूरदर्शन केंद्रावरती आज गाण्यांचं ध्वनिमुद्रण निर्दोष होत नाही. त्यासाठी इतरत्र जाऊन बाहेरच्या भाडोत्री रेकॉर्डिंग स्टुडिओतून गाण्यांचं ध्वनिमुद्रण करावं लागतं. गायकांना स्वत:च्याच आवाजाचा प्लेबॅक घेत, हावभाव आणि ओठांच्या हालचाली जुळवीत निमंत्रितांसमोर गावं लागतं. गाणं संपलं (प्रिरेकॉर्डेड) की निमंत्रितांना टाळ्या वाजवण्याची खूण करावी लागते. मख्ख चेहऱ्यांचे श्रोते हा एक वेगळा चिंतनाचा भाग. श्रोत्यांचं एकवेळ ठीक आहे, पण निवेदकाचं काय? मुलाखतीत प्रश्न विचारण्याचं काम असो किंवा एखाद्या कार्यक्रमाचं संचलन असो. सुहासिनी मुळगावकर, पद्मजा फाटक, तबस्सूम, सुधीर गाडगीळ असे प्रसन्न चेहरे वगळले तर बाकीची अनेक मंडळी श्राद्ध करायचं असल्याप्रमाणे मुलाखती घेतात. प्रसन्न चेहऱ्यात वीणा देव ह्यांचा उल्लेख राह्यला. बाकी आनंद आहे. त्यात नऊ ऑगस्टच्या कार्यक्रमाचाही नंबर लागतो.

असं सगळं खिन्न करणारं चित्र आहे. आणखी एका गोष्टीची व्यथा व्यक्त केल्याशिवाय राहवत नाही. शास्त्रीय संगीतापासून, लोकसंगीत, नाट्यसंगीत, भावगीत, असा कोणताही प्रकार असो, त्या सर्व संगीताचा दांडगा व्यासंग असलेले श्री. अशोक रानडे आणि महाराष्ट्राचं लाडकं व्यक्तिमत्त्व क्रमांक एक, श्री. पु. ल., एन्. सी. पी. ए. मध्ये दृष्ट लागतील असे कार्यक्रम करतात. श्री. पु. ल. देशपांडे हे निश्चितपणे,

क्रमांक एक. हा उल्लेख 'ललित'मधल्या सुभाषितासाठी. 'महाराष्ट्राचं लाडकं व्यक्तिमत्त्व' हे रसिकांनी आपण होऊन म्हटलेलं आहे. स्वत: पुल आपला उल्लेख तसा करीत नाहीत. किंबहुना गानतपस्वी, अभिनयसम्राज्ञी किंवा ह्या स्वरूपाची कोणतीही बहुमानार्थी विशेषणं, प्रेक्षक, वाचक, श्रोते देत असतात. पद्मश्री, पद्मभूषण ह्याबाबतीतही तोच संकेत आहे. फार कशाला स्वत:च्या नावामागं आपण 'श्री' सुद्धा लिहीत नाही, ह्याचं ज्ञान गोमा गणेशला असावं; ह्यावर माझा विश्वास आहे. आणि हे माहीत असूनही, 'म.ला व्य.' किंवा हार्मोनियम वादन वा अभिनय ह्याबाबत लिहायचं असेल तर त्याला 'जळणं' म्हणतात. (जळा, जळा, ही लोकशाही आहे. गोमा गणेश जळत असतील तर त्या जळण्याचा आदर करायला हवा. फक्त जळून जळून आणखीन काळं पडायला स्कोप नाही.) एक समजलं ते बरं झालं. पुलंना अवगत असलेली कोणतीही कला, अल्प प्रमाणात दुसऱ्या साहित्यिकाला येणं हा महाराष्ट्रात गुन्हा आहे. आता वार्धक्यात गुडघे दुखायची सवलत इतरांना नाही.

पुलंची बरोबरी करणारा एकही साहित्यिक आज विद्यमान नाही. पण रानडे आणि पुलं ह्यांचे कार्यक्रम ऐकायचे म्हणजे 'मारुती' चं बळ हवं. किंबहुना 'मारुती'चं बळ असलेली माणसंच तिथं जमलेली दिसतात. बुद्धिमत्ता, लालित्य, मर्मज्ञ निवेदन आणि एक स्वरांच्या इतिहासाचा घेतलेला मागोवा हा खऱ्या अर्थानं, अनेक तडफडणाऱ्या रसिकांपर्यंत कधी पोहोचणार? रवींद्र नाट्यमंदिर, शिवाजी मंदिर, विलेपार्ले इत्यादी ठिकाणी एखादा प्रयोग का करू नये?

अर्थात व्यथांची यादी ही न संपणारी असते.

आज वेगवेगळ्या ग्रेड वन् हॉटेलमध्ये गाणी लावतात. व्हॉल्यूम किती ठेवायचा ह्याचं तारतम्य कुणालाच नाही. गाणी चालू असतात म्हणून माणसं मोठ्या आवाजात बोलतात. तो आवाज वाढला की गाण्याचा व्हॉल्यूम वाढतो. मुख्यत: अनुप जलोटा, गुलामअली कानावर आदळत असतात. गजलांचा अर्थ समजो न समजो, पण त्या ऐकाव्याच लागतात. शांतपणे बसून चार घास खाताना जिवाभावाचं बोलावं तर एक हॉटेल उरलेलं नाही. मराठी माणसांनी चालवलेल्या अलिशान हॉटेलातही मारा करायचा तो न समजणाऱ्या गजलांचा. सगळी पळापळ पुरोगामी ठरावं ह्यासाठी. उद्या पुश्तू किंवा मल्याळी गाणी आधुनिकता सिद्ध करणार असतील तर ते ऐकावं लागेल. पण, अपवाद म्हणूनही एखाद्या मराठी हॉटेलात गीतरामायण किंवा 'मोगरा फुलणार' नाही.

मला गजलांचा अर्थ समजला नाही तरी माझा गजलांवर राग नाही. पण मग आमच्या श्रीधर फडकेसारख्या धडपडणाऱ्या मुलानं काय करायचं? - त्यांची गाणी रसिकांपर्यंत पोहोचणार कशी?

एच्. एम्. व्ही. मराठी गाणी प्रकाशित करीत नाही. श्री. यशवंत देवांसारख्या संगीतात हयात घालवलेल्या दिग्दर्शकाकडे बहिणाबाईपासून, शंकर वैद्य, ग्रेसपर्यंतच्या कवींच्या लाजवाब शंभर-दीडशे रचना पडून आहेत. 'कॅसेट' हा फार काळ 'कॅसेट' ठरत नाही. खूप मोठ्या प्रमाणावर स्वत:ला लुबाडून घेण्याची तयारी ठेवूनच, 'ॲसेट' काढण्याचं धाडस करावं लागतं. कमावणारे बेदम कमावतात. कलावंतांनी नेहमी विकलं जायचं असतं.

असं असूनही आज कॅसेटच्या माध्यमाकडेच वळणं भाग आहे. वाद्यवृंदाचा ताफा, थिएटर्सची भाडी, जाहिरातीच्या आकाराची जीवघेणी स्पर्धा ही परवडणारी बाब नाही. एक तबला, हार्मोनियम, शास्त्रीय बैठक लाभलेले, रवींद्र साठे, श्रीकांत पारगावकर, सुरेश वाडकरसारखे गायक, सुगम संगीताचा शब्द हा प्राण आहे हे जाणून गाणारे अरुण दाते आणि सुधीर मोघे, शांता शेळके, पाडगावकर, शंकर वैद्य, गजलसम्राट सुरेश भट आणि काही संतांची अर्थवाही गाणी एवढ्याच तयारीनिशी मैफली घडवल्या तर रसिक तिकडे वळतील का?

श्री. यशवंत देवांपासून, श्रीधर फडक्यांपर्यंतच्या संगीत दिग्दर्शकांनी खासगी बैठकी मात्र करू नयेत. तशा बैठकी केल्या तर फक्त रसिकांसाठी कराव्यात. त्यात कुणी एखादा संगीतदिग्दर्शक नाही ना हे पाहावं. कारण एका कवीच्या कवितेसाठी केलेली स्वररचना सही न् सही पळवून त्याच कवीच्या दुसऱ्या कवितेसाठी ती रचना 'ग्रेसफुली' वापरणारे संगीतकार महाराष्ट्रात आहेत. अशा वेळेला 'देवाजीचं' पण काही चालत नाही.

सुरेश वाडकरांनी गायलेल्या आणि श्रीधर फडक्यांनी स्वरबद्ध केलेल्या कॅसेटप्रकाशन सोहळ्यानिमित्त उसळलेल्या व्यथांची ही नोंद. सगळ्याच कलाजीवनाला, राजकारणासारखा एक बटबटीतपणा आलेला आहे. खोट्या समृद्धीचा दरिया उफाळलेला आहे. जाहिरातबाजीचा वारा फोफावला आहे.

'माझं ग तारू, कसं सावरू' हा श्री. गजाननराव वाटवे ह्यांना तीन तपांपूर्वी पडलेला प्रश्न, माझ्यासारख्या अनेक रसिकांना पडला आहे. आणि अशातच नव्या दमानं हातात वल्ही घेण्यासाठी श्रीधर फडके, सुधीर फडके, सुधीर मोघे, रवींद्र साठे, पारगावकर, वाडकर ही नावाडी मंडळी दिसताहेत. वल्ही मारायचं अथक सामर्थ्य ह्या आणि अशा सर्व कलावंतांना लाभो.

प्रिय वामनराव

प्रिय वामनराव,

आम्ही तुमच्याविरुद्ध एक कट रचला. त्या कटात तुमचे खुद्द दोन भाऊ सामील झाले. तुम्ही म्हणाल, ह्यात नवल काय? भाऊबंदकीचं आपल्या महाराष्ट्रात बारमास पीक येतं.

त्याशिवाय आणखी एक पीक आहे.

ह्या पिकाला पाऊस नको. जमिनीची निगा राखायची कटकट नको. विहीर न खणताच 'ती खणली' असं दाखवून सरकारी खर्च वसूल करणं नको. ह्या पिकाला खडकाळ जमीन पण चालते. ह्या शेतात 'कंड्या' पिकतात. सर्वांत जवळचे नातेवाईक हे पीक काढतात.

हे भाऊबंदकीचं ठीक आहे. तो आपला राष्ट्रीय धर्म आहे. फुटीर बाणा हा तर आयुष्याचा कणा आहे. पण त्याहीपेक्षा मोठा धक्का तुम्हाला देऊ का? - ते ऐकलंत तर तुम्ही अथर्वशीर्षाची पारायणं करीत एकशेआठ वेळा अष्टविनायकाला जाल.

ह्या कटात तुमचा मुलगा सामील झाला. त्याचंही नवल नाही. मुलं बापावर उलटतातच. पण तुमची पुतणीसुद्धा पुढे सरसावली. काळी, सावळी, विलक्षण तरतरीत अशी तुमची पुतणी. तीसुद्धा ह्या कटात सामील. काकानं पुतण्याचा घात करायचा, हे इतिहासाला माहीत आहे. पण इथं पुतणी हा हिशोब पूर्ण करायला निघाली. मजा वाटली.

तुमच्या सगळ्या परिवारात तुमची ही पुतणी जरा वेगळीच वाटली. म्हणजे तुमच्या परिवारातली वाटली नाही. आम्हाला ती आवडली?

त्याच दिवशी. म्हणजे कधी?

तर, आम्ही तमाम नेरूरकर परिवाराची मुलाखत घ्यायला आलो होतो, त्या दिवशी. मुलाखत असं आपलं म्हणायचं. खरं तर आम्ही तुमच्या परिवाराकडून तुमच्याबद्दलच्या कागाळ्या ऐकायला आलो होतो.

आता का?

तर, स्मरणिकेत चार ओळी तुमच्यावर लिहायला मिळाव्यात, म्हणून.

सुवर्णमहोत्सवाचे विचार तुमच्या मनात सुरू झाल्यापासून आम्ही तुमच्याकडे चकरा मारीत आहोत. बटाटेवड्यांचा, शेजारच्या दुकानातला वास आणि ती गर्दी चुकवीत आम्ही मोटारसायकलसाठी जागा शोधतो. पण 'सुईच्या अग्रावरची जमीनदेखील' नाकारणाऱ्या कौरवांनी फूटपाथ आणि आता रस्ताही अडवला आहे. ह्या कौरवांनी जिथं खैरनारना जाग्यावर ठेवलं नाही तिथं इतरांची काय कथा? अनेक वर्षांपूर्वी नगरसेवकांनी पिंपुटकरांना असंच पळायला लावलं होतं. आम्ही त्यातल्या त्यात जागा शोधून एके दिवशी मोटारसायकल उभी केली तर, नगरसेवकांचे अभय मिळाल्यानं, माजलेल्या एका शिंप्यानं, 'इथं मोटारसायकल उभी करू नका' असं सांगितलं. हा शिंपी राजरोजपणे फुटपाथवर पर्मनंट दुकान थाटून बसला आहे. आमची मोटारसायकल फक्त पंधरा-वीस मिनिटं उभी असते. तीसुद्धा त्याला खपत नाही. त्याच्याशी वाद घालायची सोय नाही. आमची पाठ वळल्यावर 'गळे आणि खिसे' कापण्यात तरबेज झालेली कात्री त्यानं आमच्या वाहनाच्या चाकावर चालवली तर?

तो धोका पत्करून आम्ही बॅगा आणि फूटपाथवरच्या हजारो शोरूममध्ये मांडलेल्या सूटकेसेसमधून तुमचं दुकान शोधून काढतो. फूटपाथवरचे फेरीवाले असेच वाढत जाणार. कालांतरानं, हेलिकॉप्टरच्या मदतीनं गच्चीवर उतरून, जिन्यानं तुमच्या दुकानात मागच्या दारानं यावं लागणार.

वामनराव, ही अतिशयोक्ती नाही. तुम्हालाही तुमच्या घरी जायचं असेल तर ह्याच पद्धतीनं जावं लागेल. पाऊलवाटेपुरता रस्ता किंवा फूटपाथ आताच ताब्यात घ्या. सगळ्या दुकानदारांना एकत्र आणा. पोलिस आणि नगरसेवक ह्यांना तेवढ्या पाऊलवाटेसाठी हप्ता पक्का करा. म्हणजे त्यांना 'गरिबी हटाव' ची आणि तुम्हा दुकानदारांना 'घरची वाट' मोकळी होईल.

तर, तुमचं दुकान सापडलं की आम्ही तुमचा शोध घेऊ लागतो. आम्हाला तुम्हीच हवे असता. छोटूशेटची आम्हाला भीती वाटते. त्यांची म्हणण्यापेक्षा आमचीच आम्हाला भीती वाटते. आमच्या सौंदर्यलोलुप आणि नावीन्याचा ध्यास घेतलेल्या नजरेनं आम्हाला फार खर्चिक बनवलं आहे. आणि छोटूशेटचं स्टेशनरीचं दुकान म्हणजे तर 'जलता हुआ चिराग'च. आमचा पतंग व्हायला वेळ लागत नाही. तिथे अनेक आकर्षक इम्पोर्टेड वस्तू. वामनराव, वेगवेगळ्या नमुन्याचे नुसते स्टॅपलर्सच मी आतापर्यंत सुमारे दोन डझनाच्यावर घेतलेले आहेत. आणि इतरांना वाटलेले आहेत. आता तर मला धास्तीच वाटते की मी तुमच्या दुकानासमोरून नुसता जरी गेलो तरी सवयीमुळे छोटूशेट पंचवीस तीस रुपये माझ्या नावावर मांडून ठेवतील. तर, त्यांना आम्ही चुकवतो. आणि तुमच्या दर्शनासाठी नामदेवाच्या पायरीपाशीच थांबतो.

तुम्ही अस्तन्या न सरसावता, जनताजनार्दनाला तोंड देत असता.
आता हेच पाहा. तुम्ही कायम फुलशर्ट घालता हे तुमच्या बंधूंनी आम्हाला का सांगावं? तुम्हाला पँट्सही फार तर दोनतीनच असतील, ही माहिती त्यांनीच पुरवली. तुमच्या मुलानं तर कमालच केली. त्यानं आणखीन काय काय सांगावं? तर तुम्ही म्हणे कोल्हापूरला अनिल मेहतांच्या मुलीच्या लग्नाला गेला होतात. हे कसं काय घडलं, ह्याचं आश्चर्य अख्ख्या 'जी नॉर्थ वॉर्ड'ला वाटतंय म्हणे. काऊंटर सोडून कोल्हापूर? - तुमची पुतणी तर मला नजरेनं सांगत होती, 'काकांची ब्लड शुगर एकदा तपासयला हवी.'
'हां, तर तुमच्या मुलानं सांगितलं, 'आईनं बाबांच्या बॅगेत चांगले चार-पाच शर्ट आणि पँट्स किंवा पायजमे ठेवले होते. तर त्यापैकी तीन सेट्स तसेच परत आले. मुंबईला आल्यावर बाबा आईला, इतके कपडे कशाला दिले?' असे ओरडले.
वामनराव, काय हे?
आयुष्यात एकदा तरी काऊंटरच्या पलीकडचं, कपड्यात झगमगणारं, दिखाऊ पोशाखी जग बघा ना? - फार कशाला, पूर्वी दादर विभागात पुस्तकांची सहा-सात दुकानं होती. ती त्या लोकांनी उगीचच विकली का? तिथं कापडांची दुकानं आली. ज्यांनी पुस्तकांची दुकानं अनेक वर्षांपूर्वी विकली त्यांनाच खरं तर एकविसाव्या शतकाकडची वाटचाल प्रथम समजली. ज्या माणसाचा ग्रंथसंचय मोठा, त्याला शून्य किंमत. वस्त्रप्रावरणावर श्रेष्ठ ठरण्याचं शतक जवळ येतंय, हे इतर दुकानदारांनी ओळखलं आणि तुम्ही मात्र जास्तजास्त गाळे मिळवताय्, ते पुस्तकांसाठी.
तुमची चिंता वाटते.
तुमच्या साध्या राहणीबद्दल, साध्या पेहरावाबद्दल, नेरूरकर घराण्यात चिंतेचं वातावरण पसरलेलं आहे. 'आमचा कांता तुम्हाला सफारी ड्रेसमध्ये' कधीही दिसणार नाही, असं तुमच्या बंधूंनी सांगितलं. मी त्यावर हजार रुपयांची पैज मारली आहे. सफारीचं कापड मी माझ्या खर्चानं तुम्हाला आणून देईन. पैजेतले पाचशे रुपये तुमचे. पण, वामनराव, 'हो' म्हणा. चार जानेवारीला तुम्ही एकदम सफारीतच या. माझं ऐकलं नाहीत तर प्रास्ताविक भाषणाऐवजी मी स्टेजवरून 'उगिच का कान्ता' असं चक्क गाईन.
अरे हो, चार जानेवारीवरून आठवलं.
त्या दिवशी रविवार.
कान्ताशेट, त्या दिवशी शिवाजी मंदिरात आपला समारंभ.
आयडियल बुक डेपो तुम्ही त्या दिवशी बंद ठेवणार?
हे कसं शक्य आहे? तुम्ही एक वेळ सफारी ड्रेस माझ्यासाठी घालाल, पण दुकानाचं काय?

गेल्या अठ्ठावीस वर्षांत तुम्ही काऊंटर सोडला नाहीत. दांड्या मारल्या नाहीत. वामनराव, रजा किती प्रकारच्या असतात हे तर तुम्हाला माहीतच नसेल. महापालिकेत तर कुत्रा चावला तरीसुद्धा वेगळी रजा मिळते. आणि साहेब चावला तर कायमची रजा मिळते. तुम्ही दांड्या मारणं तर सोडाच पण कधी उशिरा येत नाही. लवकर पळत नाही. मग चार जानेवारीचं काय?

तरी बरं, चतुर्थी तीन तारखेलाच आहे.

तुमची चतुर्थीची उपासना, व्रत, वैकल्यं काय म्हणाल ते, मला अनेक वर्षं माहीत आहे. पण तुम्ही त्या दिवशी पहाटे साडेतीन-चार वाजता उठता. श्रीसिद्धिविनायकाच्या दर्शनासाठी पहाटेपासून रांगेत थांबता. सुमारे चार तासांच्या तपश्चर्येनंतर तुम्हाला त्या विनायकाचं दर्शन घडतं. हे झालं संकष्टी आणि अंगारकीचं. याव्यतिरिक्त रोजच्या दर्शनात खंड नाही हे तुमच्या बंधूंनी मला भारावलेल्या आवाजात सांगितलं. ते तर पुढे म्हणाले, 'आम्हीच अनेकदा 'वामनराव आहेत का?'- असं विचारीत-विचारीत रांग मोडून पुढे घुसतो आणि दुर्वांची जुडी वाहून सटकतो पण कांता रांग सोडणार नाही.'

वामनराव,

आता खरं सांगू?

तुमच्या बंधूंनी केवळ एवढीच हकीकत भारावून सांगितली असं नाही. शंकरशेट आणि गणेशजी दोघंही खूप कौतुकानं तुमच्याबद्दल बोलत होते. तुमचा मुलगाही छान बोलत होता. पुतणी फक्त सुपरव्हिजन करीत होती.

तुम्ही मंडळी एकमेकांच्या विरुद्ध बोलणारी नव्हेत. तसं असतं तर तुम्ही विभक्त झाला असतात. सोय म्हणून तुमची घरं वेगवेगळी आहेत. पण मनं एका वास्तूखालीच आहेत. एका छपराखाली राहून मनं मैलांच्या अंतरावर असण्यापेक्षा हे कितीतरी छान.

'आम्ही सगळेजण मिळून बरोबर पन्नास आहोत. आमचे नाना होते तेव्हा ते एक्कावन्नावे होते. आता पन्नास राह्यलो.'

हे सदानंदजींनी अभिमानानं सांगितलं.

महाराष्ट्रातली किती माणसं हे असं डौलानं सांगू शकतील?

तुमचं दुकानच केवळ 'आयडियल' नाही, तर सगळा परिवारच आयडियल आहे. ह्याचा अर्थ तुमच्यात मतभेद नसतील, असं नाही. त्याच्यासहित तुम्ही एकमेकांना धरून आहात.

तुमच्या निग्रही वृत्तीचं वर्णन तुमची भावंडं सहजतेनं करीत होती. मधुमेहाची पुसटती शंका येताच तुम्ही रोज पहाटे फिरायला जात आहात. वर्षो न् वर्षं. बरोबर आहे. पहाटे साखरझोप सुरू होते. 'साखर' वर्ज्य म्हणजे तुम्ही ती झोपही चुकवणार. आम्ही मॉर्निंग वॉक सबंध दिवसात केव्हाही घेतो. तोही पुष्कळदा मोटरसायकलवरून.

तुम्हाला त्यामुळे मित्र नाहीत. कसे असणार? ते जेव्हा झोपलेले तेव्हा तुम्ही फिरायला जाणार. ते उठले की तुम्ही काऊंटरवर.
सदानंदजी आणि छोटूशेट, मग माझ्या घरी येऊनही वेगळं काय सांगणार?
आयडियलपलीकडे तुम्हाला आयुष्य राहिलेलं नाही असं दोघंही सांगत होते. खूप प्रेमानं, आदरानं, कौतुकानं. मधेच सदानंदजी म्हणाले,
'आयडियलमधून वामनरावांना वजा करा, खाली शून्य राहील; तसंच स्टेशनरीतून छोटूशेटना वगळा, खाली काही उरणार नाही.'
आणि त्यानंतर ते आणखीन अंतर्मुख होऊन म्हणाले,
'एकदा वाटतं, अहोरात्र ही मेहनत करायची ती का? कशासाठी?'
वामनराव, त्या प्रश्नानं मी कासावीस झालो. मी त्यांना म्हटलं.
'शंकरशेट, कांताशेट, म्हणजे छोटू आणि वामनरावांचं ठीक आहे. ते काऊंटर सोडत नाहीत. दिवसाकाठी अडीच-तीन हजार गिऱ्हाईकं येतात. तुम्ही नोकरीवाले. तुम्ही कधी माथेरान, महाबळेश्वरला आठपंधरा दिवस गेलात का?'
सदनंदजींनी जे उत्तर दिलं, त्यानं मी अवाक् झालो. ते म्हणाले,
'ह्या मंडळींना सोडून, स्वत:पुरतंच केवळ जाववत नाही.'

वामनराव, तुमच्या परिवाराचीच मुलाखत घ्यायला आलो. पण कुणालाही बोलतं करू शकलो नाही. छोटूशेट टॅक्सीपर्यंत निरोप द्यायला आले तेव्हा मी म्हणालो,
'आजच्या गप्पागोष्टींतून चार वाक्यंही लिहिता येणार नाहीत. म्हटलं जरा गंमती सांगाल, वामनरावांच्या फिरक्या घेता येतील, तर...'
'एवढंच ना, मग उद्याच येतो.'
त्याचप्रमाणे सदानंद, छोटू आले, तुमचा मुलगाही आला, पुतणी आली. पण कौतुकापलीकडे काही नाही. वामनरावांना दुकानातून काही काळ बाहेर कसं काढायचं, हा प्रश्न.
मी सांगितलं,
'त्यांना सांगा, स्वित्झर्लंडला साक्षात श्रीगजाननानं अवतार घेतला आहे. तिथं यात्रा आहे.'
वामनराव,
आमचा कट फसला.
आता मी तुम्हाला सांगतो, सदानंदजी काही एवढी थाप मारणार नाहीत. पण ते स्टेशनरीवाले छोटूशेट आहेत ना, त्यांचा भरवसा नाही. ते ही थाप मारतील. ते जरा वेगळेच हसतात बघा. तुमचा मुलगा काकाला साथ देईल. तो तुमच्या वळणावर जाणार नाही. तो काकाचा आदर्श ठेवणार. तो काल 'जिन' म्हणतात ना... नाही नाही, पोटात घ्यायची ती नाही. सतरंजीचं कापड असतं ना, तेही विटलेलं, तशी पँट घालून तो आला होता. ती पँट खालून वीतभर दुमडायची असते. तुमच्यापेक्षा

त्याला पँटस् जास्त आहेत. दुपारी अर्धाच तास वामकुक्षीसाठी तुम्ही घरी जाता ना, तेव्हा काही कारणामुळे राग आला तरीही दरवाजा न आपटता (हे मला कुणीही सांगितलेलं नाही) कपाट उघडा आणि त्याच्या पँट्स मोजा. तर, तोही स्वित्झर्लंडचं सांगेल. तुम्ही विश्वास ठेवू नका.

मग तुम्ही काय करा?

वामनराव,

तुम्ही कायम काऊंटरमागेच राहा. बाहेरचं पोशाखी जग, वर्ख लावून हिंडणारी माणसं काऊंटरबाहेरच ठेवा. वर्ख गळून पडतो. अंगारा कायम टिकतो. तुमचं दुकान हीच तुमची खऱ्या अर्थानं पुस्तक पंढरी आहे.

पुस्तक पंढरीच का? - तीच तुमची चौपाटी, मलबार हिल, माथेरान, महाबळेश्वर आहे. आयडियल हा तुमचा आता व्यवसाय नाही. तो तुमचा आता धर्म झाला आहे. माणसांच्या सहवासापेक्षा पुस्तकांचा सहवास कितीतरी पटीनं श्रेष्ठ. माणसं माणसांना माणसातून उठवतात. पुस्तकं माणसाला सामावून घेतात. तुमच्या दुकानातल्या हजारो पुस्तकांनी तुम्हाला त्यांचं मानलंय. तुम्ही दुकानात नसलात की ती पोरकी होतात.

पण तरीही, वामनराव पुढे काय?

नकलाकार वि. र. गोड्यांना मी विचारलं होतं, की तुमच्यानंतर तुमच्या अस्सल नकलांची पालखी चालवायला भोई कुठे आहेत?

आता वाटतं, हा प्रश्न चुकला.

आयुष्यात कोणालाही 'भाई' मिळवता येतो. 'भोई' नाही. 'भाई' वर कसलीच जबाबदारी नाही. 'भाई' शब्द केवळ झपाटून टाकणारा. 'हिंदी-चिनी भाई भाई' असं आपण मूर्खासारखं म्हणत नव्हतो का? तेव्हा 'भोई' नसतोच. 'भाई' असतो.

म्हणूनच 'आयडियल' म्हणजे 'वामनराव' हे समीकरण अठ्ठावीस वर्ष आमच्याही डोक्यात बसलं.

ह्या मुलाखतीमुळे माझा मात्र एक तोटा झाला. आता तुमच्या दुकानात येऊनही मला वामनराव भेटणार नाहीत. सीलिंगपर्यंत भिडलेल्या पुस्तकाच्या दुतर्फा-सेल्फांच्या मधल्या दोन फुटातल्या पॅसेजमध्ये, तत्परतेनं हालचाल करणारं, फुलशर्ट घातलेलं आणि कानावर पेन्सिल ठेवलेलं, भक्तिमार्ग आणि कर्मयोगावरचं, आरपार, स्वच्छ असं पुस्तकच दिसणार.

वामनराव दिसणार नाहीत. तरी मी तुम्हाला गाठीन. केव्हातरी पहाटे उठावं लागेल, इतकंच.

तुमचा,

व. पु. काळे

❀

कशासाठी... घरासाठी...

प्रत्येक माणसाच्या मनात एक घर असतं. 'घर' हा एक शब्द. म्हणावं तर साधा. पण माणसाचं सगळं आयुष्य व्यापून उरणारा. हा शब्द माणसाच्या इतका जिव्हाळ्याचा आहे की खुद्द घराबाबत त्याला काहीही समस्या नसली तरीही, एखाद्या साध्या वा गंभीर समस्येचा उल्लेख तो, 'ती समस्या घर करून राह्यली.' असं म्हणतो.
आयुष्यात अपुऱ्या राहणाऱ्या स्वप्नांची संख्या किती असते. हा आकडा प्रत्येकाचा वेगळा असेल. म्हणूनच की काय, प्राण घुटमळताना शेवटी घशातून जो आवाज येतो त्यालाही 'घरघर' म्हणतात.
केवळ शाब्दिक गमतीसाठी हे विधान केलं हा आरोप मान्य केला तरीही, माणसाला 'जाणीव' झाल्यापासून त्याच्या अनेक महत्त्वाकांक्षांपैकी सर्वांत पहिली किंवा शेवटची महत्त्वाकांक्षा 'एक स्वत:चं घर असावं' हीच असते.
राजवाड्यातच ज्यांचं आयुष्य गेलं, अशी काही टक्के माणसं सोडून द्यायची. ज्यांना वडिलोपार्जित बंगले मिळाले त्यांचाही विचार ह्या क्षणी मनात नाही. जी माणसं कमालीची आत्मसंतुष्ट आहेत किंवा थोडीशी महत्त्वाकांक्षा असणं म्हणजे कष्ट आले, हातपाय हलवणं आलं, ह्याची ज्यांना दहशत वाटते, अशा कॅल्क्युलेटेड आळशी वा महत्त्वाकांक्षी माणसांवर दोन ओळी लिहिण्यासाठी वेळ खर्च करण्याइतकी पण त्यांची पात्रता नाही. ही सगळी जमात वाडवडिलांकडून जन्मासकट जे जे मिळालं ते ते आम्ही हयातभर संभाळलं ह्यात इतिकर्तव्यता मानतात. अशी माणसं, दरवाजा वाऱ्यानं आपटू नये म्हणून त्यांचे वडील दरवाजाजवळ जर मोठा दगड लावून ठेवत असतील तर त्यांचे हे चिरंजीव पण तोच दगड टिकवतात-आणि-टेकवतात. सुताराकडून एक खिटी करवून घेण्याचंही त्यांना सुचत नाही. काळानं दिनदर्शिकेची कितीही पानं फाडून नेली तरी ही माणसं आयुष्यभर एकच दिवस जगतात. अशा घरातले कोळी देखील, स्वत:ची कोळिष्टकं स्वत:च काढून टाकत असतील. हे अपवाद वगळले, तर बाकी सगळी माणसं आयुष्यभर धावाधाव करतात, झिजतात, खपतात ते मनातल्या एका घरकुलासाठी.
काही माणसं उभं आयुष्य वेचतात ते मोठमोठ्या शहरातून. निव्वळ पोटापाण्यासाठी.

कुठंतरी मनाच्या गाभाऱ्यात लपलेल्या घरासाठी. मूळ गावाची ओढ त्यांना आयुष्यभर खुणावत असते. जमिनीचा एक घेऊन ठेवलेला तुकडा त्यांना साद घालीत असतो. तिथं स्वत:च्या मालकीचं छप्पर वार्धक्यात, सेवानिवृत्तीनंतर लाभावं म्हणून उभा जन्म ते उन्हातान्हात वाळवतात, पावसाळ्यात भिजवतात. मनातलं ते मालकी हक्काचं कौलारू घर, त्यांना ऐन ग्रीष्मात गारवा देतं आणि कडाक्याच्या शिशिरात ऊब देतं. त्यां कौलारू घराला ओसरी असते आणि पितळेच्या कड्यांचा झोपाळा असतो. त्या कड्या डोळ्यासमोर वागवत, मुंबईच्या लोकलमधल्या गँगवेतल्या लटकत्या कड्यात हात अडकवून तो उमेदीतली सगळी वर्षं अप-डाऊन करीत काढतो. मनातल्या घराला ओसरी आणि झोपाळ्याच्या त्या ब्रासो लावलेल्या पितळेच्या कड्या नसत्या तर लोकल मधल्या त्या जन्मठेप सांगणाऱ्या कड्यात त्यानं खुषीनं हात दिलाच नसता.

मनातल्या घराला का कुणास ठाऊक, गच्ची नसते. ते घर नेहमी कौलारू असतं. शहरातली 'टेरेसवाली घरं-घरं नव्हेतच, इमारती-त्या पाहून पाहून मनावर कायमचं मळभ आलेलं असतं. ह्याचं कारण, त्या इमारतीत आयुष्य घालवूनही त्याला त्या टेरेसवर पाय टाकता आलेला नसतो. ह्या अशा टेरेसपासून आकाश कायम अंतरावर राहतं. पावसाच्या सरी कोसळल्या तर त्या टेरेसवर आपटून पुन: लांब फेकल्या जातात किंवा डाऊन टेक् पाईप मधून बदाबदा पेव्हमेंटवर फुटतात. पण गावातली उतरती छपरं पाहून केव्हातरी वाटतं की असंख्य सख्यांना घेऊन, आकाशाला हूल देऊन तो चौदहवी का चांद त्या कौलारांची घसरगुंडी करून अंगणात उतरणार. त्या घरावर पाऊस कोसळत नाही तर तोही उतरतो.

गावाकडचं मनातलं घर आडदांडपणा करीत नाही. निसर्गाशी उद्दामपणा करीत नाही. ते घर जमिनीतूनच उगवतं. शहरातल्या इमारतीप्रमाणे ते तिच्या उरावर उभं राह्यल्यासारखं वाटत नाही. मुंबईच्या इमारतीत कुणाच्याही घरी जाताना, त्या अवाढव्य इमारतीची दहशत वाटते. वरवरच्या मजल्यांकडे बघत आपण पटकन् एका पिंजऱ्यासमोर उभे राहतो. त्या पिंजऱ्याच्या तडाख्यातून सहीसलामत सुटलो की बंद दरवाज्यासमोर उभं राहायचं. पिंजऱ्यातल्या त्या बंदिस्त जागेमुळे, जेमतेम पाचशे चौरस फुटांची जागाही आपल्याला मोठी वाटते. पण आपल्या पाठोपाठ अचानक आणखी कोणी अनाहूत येतात. त्यांना जागा करून देण्यासाठी आपल्याला जेव्हा आपलंच आसन सोडावं लागतं तेव्हा उभ्या आयुष्याचं, मन:शांतीचं दान करून घेतलेले पाचशे चौरस फूट आपल्याला खिजवून हसायला लागतात. 'माणसाला शेवटी किती जमीन लागते?' - हा टॉलस्टायचा प्रश्न जमिनीतच जायचं असेल तर योग्य आहे. तोही दफनविधीप्रमाणे. दहनविधी असेल तर मग जमिनीचा प्रश्नच नाही. अवघं अवकाश आपलंच. दहनविधीतच फक्त एकत्वातून

अनेकत्वाची वाटचाल होते. दफनविधीत तुम्ही आणखी एकटे-एकाकी.
त्याच्या मनात म्हणूनच पाहुण्यांच्या संख्येवर बंधन न घालणारी एक वास्तू असते. त्या वास्तूत नव्यानं येणारे अभ्यागत. पहिल्या पाहुण्यांना 'खो' देत नाहीत. त्याच्या त्या मनातल्या घरात, पाणी जायच्या आत आंघोळ करण्याचं बंधन नाही. मुंबईच्या जागेत नळ चोवीस तास, पण पाणी दोनच तास असतं. त्यात किती टक्के कपात कधी होईल ह्याचा भरवसा नाही. पाण्याचा प्रश्न पाण्याशिवाय भिजत पडतो, हे त्याला शहरानंच शिकवलं. त्याच्या मनातल्या घरात, मागच्या पसरदारी चक्क विहीर असते. अहर्निश उमाळे यावेत, तशी ती पाण्यानं आकंठ असते. पाणी तापवून द्यायला हंडा असतो. इथं पाहुणा गीझरचा फ्यूज उडवील का, अशी जाहीर करता न येणारी शंका नसते. अंगणातल्या काटक्या आत्मदहनासाठी सिद्ध असतात. जळणाचा खमंग वास त्या गरम हंड्याला बहाल करतात. आंघोळ झाल्यावरही त्या वासाची वलयं, पाण्याचा स्पर्श आणि तपमान रेंगाळत ठेवतात. आंघोळीचाही एक गुंगी टिकवणारा 'हँगओव्हर' असतो ह्याचा सुखद शोध इथं नुसताच लागतो असं नाही तर ओल्या पावलांचे ठसे उमटवीत तो बैठकीच्या खोलीपर्यंत सोबत करतो. बैठकीच्या खोलीत जाण्यापूर्वी माजघर ओलाडावं लागतं. माजघराला स्वतःचं वेगळं व्यक्तिमत्त्व असतं. वेगळा रंग, वेगळा गंध आणि वेगळा स्पर्श. वास्तूमधील माजघर हे कुटुंबप्रमुखाप्रमाणे वास्तुप्रमुख. भोवतालच्या सगळ्या खोल्यांना धरून ठेवणारं हे सर्वस्पर्शी माजघर.
इथला प्रकाश मंद. ह्याला कधी सारवणाचा ओला वास तर कधी देवघरातल्या उदबत्तीचा वलयांकित गंध. रांगणाऱ्या गुडघ्यांपासून, दुपारी घटकाभर उशाला पाट घेऊन लवंडणाऱ्या मावशींपर्यंत, माजघरावर सर्वांचा अधिकार. इतर खोल्यांतून जरी हुकूमशाही असली तरी माजघरात लोकशाही.

वास्तवातलं घर नजरेसमोर कल्पनेनं आणण्याचं सामर्थ्य त्याच्याजवळ नाही. इतकंच कशाला, मनातलं घरसुद्धा एकूणएक तपशिलासहित तो उभं करू शकत नाही. पण केव्हातरी त्यानं एखादा ग्रामीण चित्रपट पाह्यलेला असतो. पाटलानं कुणावर तरी बलात्कार केलेला प्रसंग त्याला आठवत नाही किंवा वाड्यावर नाचायला आणलेली एखाद्या फडातली बिजली मागं प्रकाश ठेवत नाही. बिजली कडाडून गेल्यावर मागं राहणारी अंधारात तेवणारी तुळशी वृंदावनाजवळची पणती त्याच्या मनाचा कानाकोपरा उजळून टाकते. 'माझा नमस्कार तुळशीपाशी' अशी ओळ गुणगुणत तो कधी कधी घरी येतो तेव्हा घराचं थिएटर झालेलं असतं. सबंध दिवस बाहेर जे जे घडलं ते ते सांगण्यासाठी तो आसुसलेला असतो. पण ते ऐकण्यात कुणालाही स्वारस्य नसतं. तेव्हा त्याच्या डोळ्यांसमोर माजघर येतं. डोक्याशी पाट

घेऊन पडलेली मावशी आणि गावातल्या सगळ्या हकीकती खुलवून सांगणारा मामा. मोठ्या बहिणीचे पाय चेपताचेपता तो माजघर दणाणून टाकतो; ते गप्पागोष्टींनी आणि हास्यकल्लोळांनी. सगळे त्याच्याकडे तेव्हा भारावून बघत असत.

आणि आता?

आपलं कोणीच ऐकणार नाही, हे त्याला जाणवतं. पत्नी जागा न सोडता आणि टीव्हीवरची नजर न काढता सांगते,

'थर्मासमधे चहा आहे, तो घ्या.'

तो गॅलरीत जाऊन उभा राहतो. सगळ्याच घरांची थिएटर्स झालेली असतात. दिवेलागण, पाढे, शुभं करोतीचा जमाना कधी अस्तंगत झाला ते तो शोधू लागला. आकाशातल्या चांदण्या मोजण्याइतकं ते निष्फळ होतं, कारण तो जमाना आता तेवढ्याच अंतरावर गेला होता.

चाळीतलं आयुष्य त्यानं मनसोक्त उपभोगलं होतं. दोन जिने उतरून, पाण्याच्या बादल्या भरून आणल्या होत्या. देहधर्मासाठी रोज रांग लावताना, तो संडास बाथरूम मालकीचा असलेल्या फ्लॅटचा स्वप्नं रंगवीत होता. चाळीतल्या कॉमन गॅलरीत त्याच्या तीन वर्षांच्या मुलाला जेव्हा तीन चाकी सायकल चालवायची बंदी झाली तेव्हा त्यानं मुलाला कुशीत घेऊन सांगितलं होतं, 'मोठ्या जागेत गेलो की एक खोली तुझीच.' तशी मोठी जागा मिळवायच्या किती तरी वर्षं अगोदर मुलाचं तीन चाकी सायकल चालवायचं वय कालचक्राखाली चिरडलं गेलं. त्याला जेव्हा झोपण्यासाठी आणखी एक खोली, फ्लॅटमध्ये राहायला गेल्यावर मिळाली तोपर्यंत त्याच्या बायकोचा रोमान्समधला थरार ओसरला होता. आकर्षण संपून तो कधीकधी कर्तव्याचा आणि बहुतांशी कंटाळ्याचा भाग झाला होता.

एक काहीतरी देताना नियतीनं, ज्या कारणासाठी ते अनेक वर्षं हवं होतं, त्यामागचं कारण काढून घेऊनच त्याला ते दिलं होतं.

आता हवं असलेलं ते घर जर मिळालंच तर नियती कशाचा बळी मागणार आहे? ह्या विचारासरशी तो भेदरून जातो. घर म्हणजे आसरा, सावली, आधार, गारवा देणारा आपला मित्र नसून ते आपल्याशी स्पर्धा करणारं, त्याच्या प्राप्तीसाठी आयुष्याचं दान मागणारं विधिलिखित आहे. घर तुम्हाला जीवघेणी प्रतीक्षा करायला लावतं. अवाढव्य खर्च करून बांधल्यावरच त्यातल्या त्रुटी समजायला लागतात. कोणता ना कोणता खर्च ते सातत्यानं करायला लावतं; आणि इतकं सगळं करून शेवटपर्यंत तुम्हाला हवं होतं तसं ते होईलच, ह्याची शाश्वती नाही; ह्याचा अर्थबोधही घरापायीच होतो. जिवाच्या आकांतानं बांधलेलं घर विकता येत नाही. घरानं आपल्याला संभाळावं ह्यासाठी काडीकाडी जमवावी तर नंतर कळतं, आपल्यालाच

घर संभाळावं लागणार आहे.
गॅलरीत उभं राह्यल्या राह्यल्या त्याला त्याच्या मित्रांची हौसिंग बोर्डानं बांधून गळ्यात मारलेली घरं आठवली. त्याचे काही मित्र हौसिंग बोर्डाकडे का धावले? तर खासगी कंत्राटदार लुबाडतील, फसवतील, बांधकामात भेसळ करतील, ह्याची भीती वाटली म्हणून. खासगी सोसायट्यांमधील भांडणं, उखाळ्यापाखाळ्या, पैशांचे गोंधळ, हळूहळू वाढत जाणाऱ्या किंमती, ह्यापायी असुरक्षित वाटलं म्हणून ही दोस्तमंडळी सरकारच्या थापांना विकली गेली. छापील अर्ज मिळवतानाच त्याच्या मित्रांचा अर्धा जीव आणि अर्धा जन्म रांगेत गेला. प्रत्येक अर्जाबरोबर काही ना काही रक्कम मिळवून, सरकारच्या तिजोरीत कोट्यवधी रुपये पडले तेव्हा मित्रांच्या खिशात फक्त पावत्या पडल्या. सरकार केव्हातरी लॉट्स टाकणार, त्यात आपला नंबर लागावा म्हणून मित्रांनी, सत्यसाईबाबापासून सत्यानारायणापर्यंत सगळ्यांना साकडं घातलं. काहींचे नवस फळाला आले. ज्यांना त्यांची दैवतं प्रसन्न झाली त्यांनी त्या त्या देवळासमोर 'थँक्यू' म्हणण्यासाठी रांगा लावल्या आणि उरलेल्यांचा उरलेला जीव डिपॉझिटचे पैसे परत घेण्याच्या रांगेसाठी कामी आला.
केव्हातरी त्या मित्रांना 'लो इन्कम', 'मिड्ल इन्कम्', 'हायर इन्कम्' अशा वर्गात ढकलून, सरकरनं त्यांना, जे सांगाडे उभे केले त्यातली एकेक बरगडी बहाल केली. नीट न लागणाऱ्या दरवाजे-खिडक्या, काटकोनात नसलेल्या भिंती, उंचसखल फ्लोअरिंग, उतरत्या पायऱ्यांचे जिने, हे स्वरूप पाहून मित्रांनी घशातले कढ घशात जिरवले आणि वास्तुशांतीच्या दिवशी आपल्या इमारतीचा नक्की पत्ता कसा सांगता येईल ह्या काळजीत ते चूर झाले. सरकारी गृहनिर्माणाची कंत्राटं घेणारी कंत्राटदार मंडळी आणि त्यांच्या थर्ड ग्रेड बांधकामाकडे काणाडोळी करणारी अधिकारी मंडळी, एक योजना पूर्ण केल्यावर जेव्हा त्यांच्या त्यांच्या संगमरवरी महालात 'चिअर्स' म्हणत स्कॉचच्या बाटल्या फोडत होती तेव्हा त्यांनी बांधलेल्या सांगाड्यातले रहिवासी, 'डोक्यावर छप्पर आलं, आता घरापर्यंत येण्यासाठी रस्ते कधी होतील' ह्या विचारांनी हतबल झाले होते.
त्यातल्या त्यात जी चतुर मंडळी होती त्यांनी ती खुराडी ढासळायच्या आत दीडपट-दुप्पट किंमतींना विकून टाकली आणि ते व्यवहारचातुर्य नसलेली मंडळी आयुष्यभर त्या इमारतींना लाकडाचे टेकू लावत राह्यली. घराघरातल्या गृहिणी, उरलेले हप्ते फेडता यावेत म्हणून पोटच्या एवढ्याएवढ्याशा मुलांना मातृसहवासाला पारखं करीत, संसाराला आर्थिक टेकू लावायचा म्हणून, परपुरुषांच्या हपापलेल्या नजरा झेलीत, त्यांचे लंपट स्पर्श सहन करीत, गळ्यातली मंगळसूत्रं आणि काखेतल्या पर्सेस प्राणापलीकडे संभाळीत नोकरीसाठी धावत्या गाड्या पकडू लागल्या.
हे सगळं का?

तर घरासाठी

ह्या धकाधकीत छप्पर मिळालं.

पाचशे चौरस फुटाची काँक्रीटची स्लॅब मिळाली. जमिनीचं नातं हरवलं. कुटुंबातली नातीगोती हरवली. 'हम दो' पासून 'हमारे दो' तर दूरवर गेलेच पण कुठे कुठे 'हम दो' सुद्धा एकमेकांचे उरले नाहीत.

घरासाठी तडफडणाऱ्या अनेक अनेक आत्म्यांपैकी अशाच एका आत्म्याला एका संध्याकाळी जाणवतं, की ज्यामुळे वास्तूला 'घरपण' येतं, ते माणसामाणसातलं नातं, माणसामाणसातला संवाद हरवलेलं घर, आपल्याला घराचाच बळी देऊन मिळणार आहे.

ह्या विचारासरशी, झोपाळ्याच्या पितळी कड्या वितळून जातात. मागं उरतात नऊ-बावन्न किंवा आठ-पस्तीस आणि पाच चाळीसमधल्या जन्मठेप सांगणाऱ्या हातकड्या.

❧

मनातली, स्वप्नातली आणि वास्तवातली स्त्री

माझ्या एका मैत्रिणीनं, सुधा गोखलेनं, मला कथेसाठी एक विषय दिला. खरं तर तिनं मला एक-दोन वाक्यं ऐकवली; आणि मी तिला म्हणालो,
'हा कथेचा विषय आहे, हा मी घेतला.'
ती 'बरं' म्हणाली.
ह्याही गोष्टीला दोन दिवाळी सीझन होऊन गेले. पण माझी कथा अद्यापि आकाराला आलेली नाही आणि तो विषयही मनातून जात नाही.
सुधा गोखलेनं ऐकवलेलं वाक्य असं.
'एके दिवशी सकाळी मी माझ्या प्रियतम नवऱ्याला म्हणाले, 'मला एका जिवाभावाच्या प्रियकराची गरज आहे.' ह्यावर माझा नवरा चिडला आणि समोरून उठून गेला. मी विचार केला, तो का चिडला? एक पुरुष होता म्हणून, की नवरा म्हणून, की नवरा असूनही तो माझा प्रियकर होऊ शकला नाही म्हणून?'

हे सगळं माझ्या डोक्यात घुसलं. पण त्यावरून कोणतंही कथानक आकार घेईना. आपल्याला ह्यावर खूप काही तरी झकास, हळुवार, काव्यमय, स्वप्नील असं सुचणार.
किंवा खूप काहीतरी सनसनाटी सुचणार असं सतत गेली दोन वर्ष वाटत आलेलं आहे. आणि काही सुचलेलं तर नाही.
त्यानंतर सुधा गोखले परिचयाच्या, ओळखीच्या, नात्यातल्या माणसांचं 'पोल्यूशन' झालं असं म्हणत तिच्या प्रियतम नवऱ्याची कलकत्त्याला बदली झाली म्हणून तिकडेच गेली. जाताना निरोप न घेता गेली आणि गेल्यापासून तिनं सुखरूप पोहोचल्याचं पत्रही पाठवलं नाही.

सुधाला प्रियकर भेटला की नाही हे अद्यापि समजलेलं नाही. मला मात्र ह्या वाक्यावर आजही कथा सुचली नाही. आजही म्हणजे आजतागायत. ह्या विषयावर आपल्याला खूप काहीतरी चांगलं सुचणार आहे असं दोन वर्षे वाटत राह्यलं. सुचलं मात्र नाही.

कोणत्या तरी पातळीवरून, निराकार, निर्गुण म्हणतात तसं काहीतरी खुणावत राहतं. समोर प्रकट न होता, बेचैन करून सोडण्याची त्या गोष्टीची ताकद अफाट असते. किती छळ होतो ह्याला गणना नाही. नाद सोडावा तर सुटत नाही.
आजवर आपण इतकं लेखन केलं. जेव्हा काहीच लेखन केलं नाही, तेव्हाही लेखन चालू होतंच. कागदाला लेखणी लावणं हे लेखन नव्हे. ही झाली निव्वळ कारकुनी. प्रत्यक्ष कारकुनी न करताही लेखन चालूच असते. मेंदू शिणलेला असतो.
असतो म्हणजे आहेच. निर्विचार अवस्था भोगावी असा तो आक्रोश करतोय. तो कुणालाच ऐकू जात नाही. कारकुनीची वाट मोकळी झाली की जरा त्या पेशींना विश्रांती मिळते. त्या रिकाम्या होतात. जरा हलकं वाटतं. पण किती काळ? पुन: येरझारे सुरू होतात. रिकामपण किती काळ उपभोगलं तेही कळत नाही.

सुधाच्या प्रियकराच्या बाबतीत मात्र माझ्या पेशींना अद्याप विश्रांती मिळालेली नाही. बहुतेक असं होईल, ज्या दिवशी सुधाला प्रियकर मिळेल त्याच दिवशी, नव्हे, त्याच क्षणी मलाही कथा सुचेल. ह्याचा अर्थ सुधा आणि तिचा प्रियकर ह्यांच्या आयुष्यातल्या घटनांवर आधारित अशी सत्यकथा मला मुळीच लिहायची नाही, तशी गरजही नाही. प्रियकर वा प्रेयसी प्रत्यक्षात भेटणं ही केवळ काही मोजक्या क्षणांची संवेदना असून मग अनंत काळची वेदनांची यात्रा आहे.
म्हणूनच, आपल्याला असं कुणीतरी भेटावं, तशी भावनात्मक, बौद्धिक पातळीवर गरज निर्माण व्हावी, एका निराकार-निर्गुण, पण तरीही स्वत:ला भावणाऱ्या व्यक्तीची प्रतीक्षा सुरू व्हावी हाच कथेचा विषय अहे.
आणि तरी कथा सुचत नाही.
कारण सुधाचा प्रियकर कसा असेल हेच डोळ्यासमोर येत नाही. मी मग तिला चिडून फोन केला. ती माझ्यावर उखडलीच होती. कारण तब्बल सहा महिन्यांच्या कालावधीनंतर मी फोन करीत होतो.
'तुम्ही मला विसरलात.' तिचा आरोप. तिच्या अवाढव्य शरीरमानावर मुद्दाम कॉमेण्ट करायचा म्हणून मी म्हणालो,
'विसरणं कसं शक्य आहे? वस्तू काय किरकोळ आहे काय विसरायला?'
ती पटकन् म्हणाली, 'काही सांगू नका. एशियाड संपलं की लोक 'अप्पूलाही' विसरतात.'
मी बेसुमार हसून घेतलं.
'फोन कसा केलात आज?'
'तुम्हाला प्रियकर मिळाला की नाही, ते विचारण्यासाठी फोन केला.'
'अजून नाही.'
'नवल आहे. कलकत्त्यातसुद्धा भेटला नाही?'

'तुम्ही एखादा शोधून देता का?' सुधाचा सवाल.
'स्पेसिफिकेशन्स सांगा.'
सुधा वस्ताद. सरळ उत्तर द्यायच्याऐवजी ती म्हणाली,
'तुमच्या मनातही एक प्रेयसी लपलेली आहे. तिचं रूप फायनल करा, म्हणजे तिच्यातच तुम्हाला माझा प्रियकर सापडेल.'

आणि त्यानंतर फोन, टेलिफोन कंपनीच्या कृपेनं आपोआप बंद झाला. पुन: जोडायचा प्रयत्न केला तर तो चक्क 'डेड.'
मनातल्या मनात मी त्या फोनला लाथाबुक्क्यांखाली अक्षरश: तुडवला.
कधीही बंद न पडणारे लंडन-अमेरिकेतले फोन मला आठवले. भारतात बंद न पडणारी यंत्रणा आणि यंत्र, सगळ्या देशाच्या आयुष्यात निर्माण होणार नाहीत. ह्या गोष्टी फक्त स्वप्नातच अनुभवायच्या. इथंही वास्तवातले-मनातले-स्वप्नातले फोन आहेतच.

'तुमच्या मनातल्या प्रेयसीचं रूप फायनल करा, म्हणजे तिच्यातच तुम्हाला माझा प्रियकर सापडेल' ह्या वाक्याचा विचार करीत मी आरशासमोर आलो.
मेंदूतली वादळं आणि दैनंदिन व्यवहार ह्यात कुठे एकवाक्यता असते? डोक्यात आत्ता काहीही चाललेलं असो. दाढी-आंघोळ तर उरकायला हवी?
दाढी करताना मी साबणाखाली झाकलेला स्वत:चा चेहरा पाहात होतो आणि मनातल्या प्रेयसीचा चेहरा शोधत होतो. दाढी संपत आली तरी प्रेयसी कोण, तिचा चेहरा कसा, काही कळेचना. बिनचेहऱ्याची प्रेयसी असते का? बिनचेहऱ्याच्या प्रेयसीवर प्रेम करता येईल का? 'प्रेयसी' हा शब्द चुकलाच. 'बिनचेहऱ्याच्या व्यक्तीवर' असं म्हणायला हवं.
तर, नाही. व्यक्तीला चेहरा हवाच. त्याशिवाय प्रेम करताच येणार नाही.
पण नाही. पुन: इथंही घोळ होतोच आहे. प्रेम म्हणजे काय? ज्या कोणत्या एका भावनेला प्रेम म्हणतात ते चेहऱ्यावर केलं जातं का?
स्वत:च्याच आई-वडिलांवर आपलं प्रेम आहे ते त्यांच्या देखणेपणावर आहे का?
आपलं स्वत:चं स्वत:वरच जे प्रेम आहे, ते आपला चेहरा, व्यक्तिमत्त्व, शरीरयष्टी, ठेवण, बांधा इत्यादी गोष्टी फार आकर्षक आहेत म्हणून का?
आणि ह्या शेवटच्या विचाराशीच मी थबकलो. मी पुन: स्वत:च्या चेहऱ्याकडे बघायला लागलो. पण दाढी करतानाच स्वत:च्या चेहऱ्याकडं बघणं वेगळं असतं. आत्ताचं पाहणं वेगळं होतं. आपण एरव्ही आरशात डोकावतो तेही वेगळं असतं. स्वत:वर खूष होऊन ते बघणं असतं. पण आता मात्र माझ्यात काय काय नाही

त्याचा शोध घेण्यासाठीच मी आरशात बघू लागलो.
केसांच्या ठेवणीपासून माझं निरीक्षण सुरू झालं. वर्ण, डोळे, नाक, जिवणी, दात, शरीर, बांधा प्रत्येक प्रांतात मीच मला नापास करीत गेलो. मित्र, नातेवाईक ह्यांची एक पलटण समोर उभी राह्यली. त्यांपैकी मी काहींचे केस पळवले. कुणा एकाचं नाक, कुणाचे डोळे असं करत करत मी एक नवा देह धारण केला. माझ्या मनात माझीच जी एक मूर्ती होती तिथपर्यंत मी जाऊन पोहोचलो.
माझं दिसणं, वागणं, हसणं, बोलणं सगळं बदललं. माझा जीवनक्रमही बदलला. बालपण बदललं. ज्या शाळेचा जास्त दरारा आणि लौकिक होता त्या शाळेचा मी विद्यार्थी झालो. पहिला क्रमांक मिळवणं अथवा स्कॉलरशिप वगैरे प्रकार माझ्या मनात नव्हते. वास्तवातला 'मी' आणि मनातला 'मी' हा जरी एक न संपणारा संघर्ष असला तरीही 'मनातल्या मी' कडून किती अपेक्षा करायच्या ह्याचंही भान ठेवावं लागतं. मनातल्या 'मी' नं सगळ्याच अपेक्षा पूर्ण केल्या तर स्वप्नातला 'मी' स्वप्नातही येणार नाही.
त्यानं स्वप्नात का यावं?
वास्तवला सामोरं जाण्याची ताकद- मग ती फसवी का असेना- पण ती ताकद पुरवण्याची भूमिका स्वप्नातला 'मी' करतो. त्या भूमिकेला चेहरा नसतो. कधी कधी शरीरही नसतं. भावरूपानंच आपलं आपल्याला दर्शन घडतं.
स्वप्नात आपल्याला झकास उडता येतं. आपण पट्टीचे पोहणारे होतो. गाता येत नसलं तरी मैफल गाजवण्याची संधी मिळते. चांगल्या-चांगल्या स्वप्नांचा 'हँगओव्हर'' माध्यान्हीचा तो सूर्य तळपेपर्यंत टिकतो. अर्धा दिवस चांगला जातो.
स्वप्नातला 'मी' तुमचा फार काळ पाठपुरावा करीत नाही. मनातला 'मी' अतिचिवट. त्याला आपल्याइतकंच आयुष्य. वास्तवातला 'मी' अणि मनातला 'मी' ह्या दोघांच्यात हे एवढं एकच साम्य. इतर प्रत्येक क्षेत्रांत मनातल्या 'मी' ची ताकद अफाट. मनातला 'मी' हजारो योजनांवर राहणाऱ्या एखाद्या जिवलगाला एका मिनिटात भेटून येतो. कधी कुबेराहून कुबेर होतो तर कधी चारुदत्तासारखा निष्कांचन होतो. थोडक्यात म्हणजे मनातल्या 'मी' पर्यंतचं अंतर कधीच पार करता येत नाही. त्यापेक्षा स्वप्नातला 'मी' तुम्हाला सगळं देतो. कधी कधी तोच जवळचा वाटतो. ह्याउलट मनातला 'मी' वास्तवातल्या 'मी' ला सातत्यानं त्याच्या खुजेपणाची जाणीव करून देतो.

तारुण्य म्हणजे नवलाईचा प्रांत. 'स्व'त्वाची वेगळी जाणीव करून देणारा कालखंड. चपलेचा अंगठा तुटलेला असला तरी आकाशातली नक्षत्रं खिशात बाळगून चालण्याचे मोरपंखी दिवस. रातराणी निव्वळ वीस ते पंचवीस वयाच्या माणसांसाठीच फुलते. प्रत्येक विरहगीत किंवा मीलनगीत हे फक्त स्वत:वरच असतं. संध्याकाळ आहे

त्यापेक्षा उदासवाणी, रात्र जास्त काळी, चांदणं भाजणारं, किंवा सुखविणारं, असं सगळं सगळं फक्त एकट्याचं असतं.

अशा जायबंदी करून सोडणाऱ्या काळात केव्हातरी अक्षता पडतात. तो जर प्रेमविवाह असेल तर अक्षता पडण्यापूर्वीच पारिजातकाचा सडा पडलेला असतो. कसं का असेना, पसंत केलेली मुलगी, काही काळ तरी नक्कीच मनातली स्त्री असते. तिनं वास्तव व्यापलेलं असतं आणि मनही फुलवलेलं असतं.

तो असो अथवा ती. धर्मराजाच्या रथाप्रमाणे दोघंही सहा इंच अधांतरीच चालत असतात. जोडीदारावर जे त्या काळात प्रेम असतं ते खरं तर स्वत:वरचं प्रेम यशस्वी ठरलं, ह्याचंच ते अप्रकट रूप असतं. वास्तवातला, मर्यादांनी वेढलेला मी आणि मनातला मी हा ज्याचा त्यालाच माहीत असतो. पण तरीही वास्तवातला 'मी' सुद्धा कुणाला तरी आवडू शकतो ह्याचा एक अवर्णनीय आनंद असतो. जोडीदारावरचं प्रारंभीचं उतू जाणारं प्रेम म्हणजे अहंकारमिश्रित आनंदाचा तो निव्वळ आविष्कार असतो. आपण आपल्या बायकोला अतोनात आवडतो ह्या भावनेनं बायकोही आवडायला लागते. त्या काळात माणूस स्वत:वरच इतका प्रसन्न असतो की जोडीदाराला त्याच्या उणिवांसकट संभाळणं हाही एक आनंदाचाच भाग असतो. ही वृत्ती जर शेवटपर्यंत अबाधित राह्यली तर वल्ही मारल्याशिवाय नौका पैलतीराला लागते. स्वत:वरच तुफान प्रेम करणाऱ्या माणसाला शत्रू नसतात. म्हणूनच लग्न झाल्याबरोबर काढवलेला फोटो आणि विवाहाच्या रौप्यमहोत्सवाच्या दिवशीचा फोटो तितकाच तृप्त वाटतो.

व्यक्ती ही शेवटपर्यंत व्यक्तीच राह्यली तर सुखी माणसाचा सदरा शोधण्याची गरज उभ्या आयुष्यात निर्माण होत नाही. थोडी विशेष अपेक्षा आली की संघर्ष सुरू. नाकातोंडातून धूर निघाल्याशी कारण एवढंच सिगारेटचं स्थान असेल तर लाकडाच्या भुश्शाची सिगारेटही चालेल. पण एका ठराविक ब्रॅण्डची रुची निर्माण झाली की ती मिळेतो काही वाट तुडवणं आलंच. निव्वळ 'रुची' जवळ थांबणाऱ्या माणसांचा 'मनातला मी' वास्तावातल्या 'मी' वर प्रसन्न असतो. पण 'रुची' आणि 'अभिरुची' ह्यातल्या अंतराची जखम झाली की संपलं. माणसाच्या रक्ताची चटक वाघाला होणं ह्याचा अर्थ अभिरुची.

ह्या इथूनच मग जोडीदारात काय कमी आहे ह्याच्या जाणिवेला प्रारंभ होतो. ह्या जाणिवेतून प्रारंभी दोषनिर्देश सुरू होतो. 'तू हे शक्यतो करू नकोस' किंवा 'तुम्ही हे करू नका' असे विनंतीअर्ज सुरू होतात. अपेक्षांचा प्रवास तुम्हाला कोणत्या मुक्कामाला नेऊन सोडेल हे गाडी पकडल्यावर सांगणं मुष्कील. पूर्तीचे टर्मिनस सगळ्याच प्रवासांना लाभेल असं नाही. एकूणएक गाड्या सुटताना, बाराखडीच्या पहिल्या स्वरापासूनच म्हणजे 'अ फॉर अपेक्षा' इथूनच सुटतात. ही गाडी पकडणारे

एकूण एक प्रवासीही 'अ' च. ते स्वतःला 'अ' वर्गातले समजतात. रेल्वेच्या परिभाषेत ते 'अ' वर्गातले असतीलही. पण आयुष्याच्या परिभाषेत 'अ' म्हणजे 'अनभिज्ञ' हे त्यांना माहीत नसतं. म्हणूनच 'अपेक्षा' पासून त्यांचा प्रवास सुरू होतो. ह्या रेल्वेमार्गाचं शेवटचं स्टेशन टाईमटेबलात छापत नाहीत इतकंच नव्हे तर टर्मिनसला पोहोचण्याची वेळही छापली जात नाही. 'अपेक्षा' प्रस्थानापासून सुरू केलेला प्रवास 'अपेक्षाभंग', 'उपेक्षा,' 'उद्ध्वस्त', 'अंधार', 'नैराश्य', 'वैफल्य' ह्यापैकी किंवा ह्यासारख्या कोणत्या टर्मिनसपाशी संपेल हे सांगता येणं अशक्य आहे. पण वाटेत दिसणाऱ्या स्टेशनांच्या पाट्यांवरून दिशा ठळक होत जाते. 'मागण्या', 'हट्ट करणं', 'कुरकुरी', 'असंतोष', 'खटके, 'बेबनाव', 'अबोला', ही स्टेशनं हळूहळू येत राह्यली की शेवट सांगायलाच हवा का?

हे सगळं वास्तवाशी जमवून घेणं. अपेक्षाभंगाचं टर्मिनस चुकवण्याची धडपड. ही धडपड कधी साधते कधी साधत नाही. 'वास्तवा'शी जमवून घेणं खरोखरच इतकं जड का?

ह्याचं कारण 'वास्तवा'चं 'विस्तवा'शी असलेलं जवळचं नातं. ऊब देण्याची विस्तवाची क्षमता. किती जवळ जायचं हे प्रवाशानं ठरवावं. म्हणूनच अपेक्षापूर्तीचाच मुक्काम गाठायचा ध्यास असला तरीही वास्तवाचं भान हवं. वास्तवाचं भान सुटलं की वर आलेल्या यादीपैकी कोणत्यातरी मधल्याच स्टेशनवर मुक्काम करावा लागतो.

वास्तवातला प्रवास असा जेव्हा अधेमधेच थांबतो तेव्हा मनातला प्रवास सुरू होतो. मनातला प्रवास नेहमीच अपेक्षापूर्तीच्या स्टेशनवर संपतो.

नवलाईचा प्रारंभीचा काळ झपाट्यानं संपतो. जबाबदारीचा काळ कधी सुरू होतो हे कळत नाही. जबाबदारीचा संबंध सरळसरळ व्यवहाराशी असतो. कोणत्याही स्वरूपाचा व्यवहार म्हटलं की कोणत्या ना कोणत्या छोट्यामोठ्या कामाशीच त्यांचा संबंध असतो. काम करवून घेण्याची वेळ आली रे आली की जोडीदाराची क्षमता समजू लागते. काम कितीही क्षुल्लक किंवा कस लागेल असं असो, हाती घेतलेल्या कामासाठी किमान तीन गोष्टी आवश्यक असतात. काम कसं करायचं ह्याचं ज्ञान, ते पार पडण्याचं कौशल्य, आणि काम व्हायलाच, आपल्याला ते जमायलाच हवं ही तळमळ. ह्या तीन बाबतींत, वास्तवात भेटलेला जोडीदार कुठं कमी पडतो ह्याचं निरीक्षण सुरू होतं. दैनंदिन आयुष्यासाठी लागणाऱ्या गोष्टी वा गरजा अत्यंत मामुली असतात. चार माणसांचा स्वयंपाक, खाववेल इतपत बरा जमणं, आल्यागेल्याचं स्वागत, काही प्रमाणात मतभेद मान्य करूनही हसतमुख वृत्ती इतक्या किमान गरजा भागल्या की अनेकांचं मस्त चालतं. पोस्टात नोकरी करणारा माणूस जितका आत्मसंतुष्ट असतो किंवा तकतकलेला असतो, तितपत सावरलेले संसार अनेक-

अनेकांचे असतात. पोस्टात काम करणारा काउण्टरवरचा माणूस, कार्डपाकिटं मागणाऱ्या काउण्टरपलीकडच्या माणसाकडे मानही वर करून बघत नाही. पंतप्रधानांचा स्टॅम्प असो किंवा 'अधिक धान्य पिकवा' सप्ताहाचा स्टॅम्प असो. तारखेचा काळा शिक्का मारून तिकीट निकामी करणं हे त्याचं काम. काही काही व्यवसायच जीवनाबाबतचं कुतूहल गिळून टाकतात. त्यामुळे काऊंटरपलीकडचं जीवन अनेकांनी पाह्यलेलं नसतं.

ही सगळी सुखी जमात. ह्या जमातीच्या संदर्भात मन वगैरे लचांड नसतं, किंवा असलंच तर ते मारण्यासाठी असतं हे त्यांना माहीतच असतं. मोराच्या पिसाऱ्यावरचे डोळे हे निव्वळ नक्षीकाम आहे, हे जसं समजलेलं असतं तशी ह्या मंडळींना ही समज उपजत किंवा स्टॅम्प आणि मन शिक्का मारून फेकण्यासाठीच हे ह्यांनी खळखळ न करता मान्य केलेलं.

जिथं मन नावाची भानगड नाही तिथं स्वप्नं कुठली? ह्या काही मंडळींना स्वप्नं पडत नसावीत किंवा सगळं आयुष्यच स्वप्नासारखं वाटत असावं.

काय असेल ते असो पण एक मात्र नक्की. 'वास्तवता', 'मानसिक विश्व' आणि 'स्वप्नसृष्टी' ह्यात जेव्हा प्रचंड तफावत पडत नाही तेव्हा माणसं उद्ध्वस्त होत नाहीत.

नवराबायकोचं एकमेकांवर कितीही तुफान प्रेम असलं तरी संसार निव्वळ प्रेमावर चालत नाही. एकमेकांना पाहताक्षणी तहानभूक हरपणं, ही अवस्था खरी तहानभूक लागेपर्यंतच टिकते. तहानभूक हरपली आहे हे सिद्ध करण्यासाठी शारीरिक ताकद लागतेच की ती किमान ताकद मिळवण्यासाठी 'तहानभूक' भागवावी लागते. इथूनच नेमका व्यवहार सुरू होतो. त्यापोटी काम आलं, आणि इथूनच तुलनेचा प्रांत सुरू होतो. 'मला एखादी गोष्ट जमते, मग तुला का जमू नये?' ह्यासारख्या प्रश्नांचं पायदळ संसाराच्या समरांगणात प्रथम उतरतं. एखाद्या कामाचं ज्ञान किंवा कौशल्यच नसेल तर त्या दोन्ही मिळवता येतात. सीमारेषेवरून मग सैन्यं मागं घेतली जातात. पण इथं इलाज खुंटतात तिथं काय करायचं? आपल्या जोडीदाराला एकूणच कामाबद्दल किंवा कार्य व्हावं ह्याबद्दल इच्छा वा तळमळच नसेल तर? मग काही नाही.

सीमारेषेचं रक्षण करणारे सैनिक, एकमेकांशी वैयक्तिक वैर नसतानाही मरतात तशा एकेक इच्छा मरत जातात. अपेक्षांची यादी संपून जाते.

संसार हा इतका असार असताना, इतर माणसं त्यात इतकी रममाण झालेली कशी दिसतात अशी एक जिवघेणी जिज्ञासा जागी होते. इतरांना लाभलेले जोडीदार मग दिसायला लागतात.

काऊंटरपलीकडचं जग झगमगू लागतं. अपुऱ्या राह्यलेल्या आशा-आकांक्षांच्या शिल्पकृतींचा दरबार मनात उभा राहतो. ह्या दरबारातल्या शिल्पकृती संख्येनं मोजता

येत नाहीत, आकड्यात मांडता येत नाहीत. प्रत्येकाच्या दरबारातली संख्या वेगवेगळी. आयुष्यातल्या जितक्या कलांबद्दल, ज्ञानोपासनेच्या विश्वाबद्दल, किंबहुना

'ज्या ज्या ठिकाणी मन जाय माझे,

त्या त्या ठिकाणी निज रूप तुझे'

असं मानून, जितक्या प्रमाणात आपल्याला पूर्णत्वाची, विविधत्वाची वा उत्कटतेची भूक तितकी आपली पळापळ सुरू. त्यासाठी माणसांना जोडायचा हव्यास. कधी कधी साफल्याची हवेली आणि निरंतर सावली भेटते, पण पुष्कळदा परवडच होते. परवडत नाही ती परवड.

माणूस किती धावेल? नाना रूपात तो तर भेटतच राहतो. चौदा विद्या, चौसष्ट कलांचा तो स्वामी. अवतार घेत राहण्याचं कार्य त्यांचं संपतच नाही. त्याला स्वस्थ बसवत नाही, कारण तो स्वत: एक कलावंत आहे. चौदा विद्या, चौसष्ट कलांच्या सहाय्यानं खुद्द तो स्वत: पूर्णत्वाचा शोध घेतोय असं वाटतं.

इतके गाणारे गळे गाते ठेवून त्याला नवीन आवाज सापडतातच आहेत. त्याच्या ब्रशमध्ये नवा रंग उतरला की इथं चित्रकार अवतरताहेत. एकासारखं दुसरं रूप तर त्याचं त्याला अजून जमलेलं नाही. 'जुनी दारू नवी बाटली' ह्याच्या मर्यादा तुम्हा-आम्हांला. त्याच्यापाशी थेंबागणिक नवा शिंपला.

किती ऐकाल?

किती पाहाल?

किती स्पर्शून घ्याल?

त्यापेक्षा काऊंटरपलीकडे पाहूच नये. शिक्के मारीत राहायचं काम बेश.

नाहीतर, जितक्या जखमा तितकी दरबारात पुतळ्यांची गर्दी. प्रत्येक पुतळ्याचं वेगवेगळ्या गुणासाठी जतन करायचं.

सगळे गुण एका व्यक्तीत सापडायला तसा 'पूर्णपुरुष' आहेच कोण? पूर्णपुरुष असो वा 'स्त्री'. खुद्द भर्तृहरीलाही ह्याचं उत्तर मिळालं नाही. त्याच्या अपेक्षाही सामान्य नव्हत्या.

कार्येषु मंत्री, करणेषु दासी, भोज्येषु माता, शयनेषु रंभा

धर्मेनुकूल: क्षमया धरित्री, भार्येति षाड्गुण्यवती: दुर्लभ:

स्पष्ट सांगायचं झालं तर 'बा भर्तृहरी, धिस इज टू मच्.' सध्याच्या काळात जर भर्तृहरी एखाद्या विद्यापीठाचा कुलगुरू वगैरे असता तर 'स्त्रीमुक्तिवाल्यांनी' त्याला पिटलाच असता. पुरुषप्रधान संस्कृती वगैरे वगैरे शब्द वापरून त्याला 'बोअर' केलं असतं. चेष्टेचा भाग सोडून द्यावा.

पण निर्मितिक्षम मन लाभलेली व्यक्ती किंवा खरोखरच ज्या व्यक्तीजवळ अनन्यसाधारण कर्तृत्व, बुद्धिमत्ता आहे, त्या व्यक्तीला भर्तृहरी जे जे मागतो ते ते सगळं रास्त आहे,

असंच वाटेल. ह्याबाबतीत स्त्री आणि पुरुष असा भेद माझ्या मते करू नये. ज्या संसारात असं कर्तृत्व आणि जगावेगळं सामर्थ्य स्त्रीजवळ असेल तर त्या संसारात बायकोच्या पाठीशी नवऱ्यानं उभं राह्यलाच हवं. स्त्री आणि पुरुष असा भेद न करता, कर्तृत्ववान आणि सामान्य हाच फरक वा तुलना चर्चेसाठी करावी.

सामान्य माणसांच्या गरजा खरोखरच मोजक्या असतात. असामान्य माणसांना ज्या ज्या प्रकारची साथ लागते ते सगळे प्रकार भर्तृहरीनं योग्य शब्दात व्यक्त केले आहेत, इतकंच नव्हे तर तशी साथ मिळवण्यात चि. भर्तृहरीबुवांचेही वांधे झाले असावेत. फार जगावेगळी मागणी वा हट्ट भर्तृहरीनं केलेला नाही. लग्नकार्याच्या वेळी 'मम' म्हणताना 'हाताला हात लावा' हे ज्या हेतूनं सांगितलं जातं किंवा सात पावलांतल्या शेजारच्या पावलात, आपला जोडीदार आपला 'सखा' व्हावा, ह्या भावनेचे भर्तृहरीनं 'सेक्शन्स' पाडून दाखवले, इतकंच.

कार्य करताना पत्नीनं मंत्र्यासारखी साथ द्यावी, जेवायला वाढताना तिला आई होता यावं, शयनगृहात तिनं अभिसारिका व्हावं, क्षमाशील असावं आणि नवऱ्यानं जे जीवितकार्य मानलेलं आहे त्या आचारविचारांना तिनं अनुकूल असावं असं त्याचं म्हणणं.

आता हे केवळ भर्तृहरीचंच म्हणणं आहे का? हे केवळ विधान आहे का? हे आहे सुभाषित. कोणत्याही एका व्यक्तीचा उच्चार हा जेव्हा समाजमनाचाच विचार होतो तेव्हाच विधानाचं सुभाषित होतं. म्हणूनच स्वत:चा, स्वत:च्या कुटुंबाचा विचार करतानाच समाजासाठी कोणतंही कार्य करणाऱ्या व्यक्तीच्या बाबतीत, भर्तृहरीनं मागितलेल्या गोष्टी, अन्न, वस्त्र, निवाऱ्याच्या तोडीच्या होतात.

समाजाचं कल्याण ह्यासारखे शब्द बदनाम झाले आहेत; ते सध्याच्या राजकारणापायी. युद्धभूमीवर लढणाऱ्या आणि प्रसंगी मरणाऱ्या सैनिकापासून रंगभूमीवर जीव ओतून भूमिका वठवणाऱ्या कलावंतांपर्यंत सर्वचजण सामाजिक कार्य करीत असतात. समाजरक्षणच केवळ अलौकिक ताकदीच कार्य असतं असं नाही तर समाजरंजनाचं कार्यही जिवावरचंच कार्य असतं. नाना प्रकारची व्यवधानं संभाळावी लागतात. पथ्यं पाळावी लागतात. बंधनं स्वीकारावी लागतात.

रंगवायला काढलेल्या घराचं चित्र क्षणभर नजरेसमोर आणावं. त्या चार दिवसांतली आपली टांगती अवस्था आठवून बघावी.

कोणताही कलावंत वा प्रतिभाशाली लेखक-नाटककार, त्याचप्रमाणे एखादा अलौकिक सर्जन, किंवा शास्त्रज्ञ, अथवा गायक, ह्या सगळ्यांची प्रत्येक निर्मितीच्या वेळी रंगवायला काढलेल्या घरासारखी, उद्ध्वस्त परिस्थिती असते. रंगवायला काढलेलं घर म्हणजे कोसळलेलं घर नव्हे. ते पुन: आकर्षक रूपात, नव्यानं रंगवलेल्या भिंतींच्या आधारानं मांडायचं असतं. नव्यानं संसार सुरू करताना, म्हणूनच जे जे

सहकार्य हवं असतं तेच सहकार्य, तीच साथ वास्तवातल्या स्त्रीनं द्यावी ही नवऱ्याची अपेक्षा असते,

भर्तृहरीची यादी जर स्त्रियांच्या भूमिकेतून लिहिली तर, 'नोकरी करणाऱ्या पत्नीला नवऱ्यानं घरकामात साथ द्यावी, जेवायला बसल्यावर त्यानं अन्नाला नावं ठेवू नयेत, गरज पडेल तेव्हा पत्नीचा पिता होऊन, तिची दु:खं ऐकावीत, शयनगृहात त्यानं जनावर न होता प्रियकर व्हावं अणि आपण कुटुंबप्रमुख आहोत, ह्या जाणिवेनं जबाबदारी पेलून धरावी' ह्याच स्वरूपाची लिहावी लागेल.

भर्तुहरीच्या काळात खरोखरच 'पाय उंबऱ्यात आणि जीभ ओठात' असाच काळ होता. आगरकर नामक समाजसुधारक विसाव्या शतकात जन्माला येणार आहेत हे जाणण्याइतपत द्रष्टेपण त्या महान कवीजवळ नव्हतं. माणूस म्हणजे काय हे महाभारतकारांना जितकं समजलं तितकं कुणीच जाणलं नाही अणि तरीही त्यांनी द्रौपदीला पाच नवरे स्वीकारायला लावलेच.

आगरकरांनी केलेल्या समाजजागृतीनं निसर्गानं जी विचार करण्याची, ज्ञानसाधनेनं समृद्ध होण्याची अफाट शक्ती पुरुषांच्या बरोबरीनं स्त्रियांनाही दिली त्या अफाट आणि अलौकिक निसर्गशक्तीला, पुरुषांप्रमाणेच क्षितिजापर्यंतचं दिगंताचं दालन खुलं झालं. आणि तिथूनच त्यांच्या खऱ्या कुचंबणेच्या, अवहेलनेच्या काळाला प्रारंभ झाला. पायात बेड्याच होत्या आणि श्रावणातल्या वळणदार, हिरवळीतून जाणाऱ्या पाऊलवाटांच्या हाका ऐकूच येत नव्हत्या तेव्हा त्या वाटांनी, श्रावणवाटांबरोबर श्रवणवाटाही अडवल्या होत्या. पण आता पाऊलवाटाच नव्हेत तर व्यक्तिविकासाचे 'हायवेज' समोर पसरलेले असताना, त्यांच्याकडे फक्त खिडकीतूनच बघत राहण्याची सक्ती स्त्रियांवर होत असेल तर विचारांची कोंडलेली वाफ कवट्या फोडून बाहेर का येणार नाही? आगरकरांच्या स्त्रीशिक्षणाच्या विचारांना तोड नाही. निसर्गाची वाया जाणारी अगणित शक्ती त्यांनी समाजाच्या दिशेनं वळवली. खरं तर त्याच काळात पुरुषांचा पुरुषी दृष्टिकोण बदलू शकणारा एखादा समाजसुधारक जन्माला यायला हवा होता. पुरुषसमाजानं त्याचं ऐकलं असतं असं नाही. त्यासाठी कायदे आणि घटनाही बदलायला हव्या होत्या. त्यानंही भागलं असतं असं नाही. आज कुटुंबनियोजनाच्या हाकाटीचे तीन तेरा जनतेने आणि राज्यकर्त्यांनी लावलेच आहेत. इथंही हाका विचारवंतांपर्यंतच पोहोचल्या. चांगली संतती निर्माण करू शकणारा वर्ग गप्प आहे आणि थोड्याफार प्रमाणात झोपडपट्टीतली पैदास सोसतो आहे आणि झोपडपट्टीवाल्यांच्याच भरवशावर निवडून येणाऱ्यांना पोसतो आहे.

विचारवंत ह्या शब्दाला मर्यादा आहेत.

फक्त संततिनियमनाच्याच बाबतीत त्यानं संयम पाळलेला दिसतो. तेही सरकारी

आदेशाचा सन्मान करायचा म्हणून नव्हे, सुटसुटीत परिवाराचे फायदे समजले म्हणून. डोक्यावर छप्पर मिळवण्यासाठी बायकांनाही नोकऱ्या कराव्या लागतात म्हणून. मुलं म्हणजे नोकरीत अडसर किंवा नोकरी म्हणजे अपत्यसंभव आणि संगोपन ह्या मार्गातला धोंडा. हा उलगडा स्त्रियांना झाला आणि पुरुषांना पटला म्हणून, विचारवंतांनी संततिनियमनाचा विचार आचरणात आणला. पाचशे चौरसफुटाच्या आसपास जागा मिळवताना, कंठाशी प्राण येतात हे मध्यमवर्गाला जाणवलं म्हणून संततीवर नियंत्रण. मुलांना शाळेत प्रवेश मिळवण्यापासून डिग्री मिळून, मुलं पायावर उभी राहून, लाथा मारेपर्यंत, साडेसातीच जगायची हे समजलं म्हणून, 'छोटे कुटुंब' ह्यावर विश्वास ठेवावा लागला.

आणि त्याच वेळेला, टेपरेकॉर्डर, फ्रीज, टीव्ही आणि किमान स्कूटर ह्या फॅमिली मेंबर्सशिवाय आयुष्याला अर्थ नाही, असंही ध्यानात आलं.

नोकरी म्हणजेच अर्थार्जन करणारी पत्नी त्यासाठीच हवी. ही झाली पुरुषांची गरज आणि आर्थिक स्वातंत्र्य हवं ही झाली स्त्रियांची व्यक्तिमत्त्वविकासाची व्याख्या.

ह्यात स्त्रियांचं कुठं चुकलं?

पत्नीनं आणलेला पगार हसत स्वीकारायचा, पण तिनं तिची अस्मिता जपण्याचा प्रयत्न केला तर तिच्या व्यक्तिमत्त्वासहित तिच्या मिळकतीचा उद्धार करायचा.

'विचारवंत' ह्या शब्दाला मर्यादा आहेत, असं मी म्हणतो ते ह्या अर्थानं. अजूनही सुशिक्षित मिळवत्या स्त्रियांना सासुरवास आहेत. नेमधर्म, उपासतापास, डोहाळ-जेवणी, हळदीकुंकू ह्यासारखे पारंपरिक विळखे आहेत. संसारातील कोणतीही कर्तव्यं कमी न होता नोकरीची जास्तीची जबाबदारी त्यांना उचलावी लागते.

डॉक्टरी व्यवसायातल्या ॲनॉटॉमीच्या प्राध्यापिकेला तिच्या एक समव्यावसयिक मित्राशी साधा पत्रव्यवहार ठेवायला बंदी आहे.

दुसऱ्या एका डॉक्टर पत्नीला तिचा नवरा मेडिकल कॉन्फरन्सेसला जाऊ देत नाही. आपल्याला पण तिनं बरोबर न्यावं, हा त्याचा हट्ट. ते जेव्हा जमलं नाही, तेव्हा त्यानं तिच्या अंगावर हातही टाकलेला आहे.

असे निर्बुद्ध पुरुष नवरे म्हणून ज्या दुर्दैवी स्त्रियांच्या वाट्याला आले आहेत, त्यांनी काय करायचं? सुविद्य पत्नी, द्रव्यार्जन करणारी अर्धांगी हवी असं म्हणणारे किती महाभाग, पत्नीच्या उत्कर्षात- कीर्तीत साथ देतात हा प्रश्न, तशा अपेक्षा बाळगणाऱ्या पुरुषांनी स्वतःला विचारावा.

'सरळ घराबाहेर पडावं' असं जाता जाता म्हणणाऱ्यांनी भोवतालचा समाज तेवढा प्रगल्भ झाला आहे का हा विचार करावा. आणि त्याचा विचार त्यानं स्वतःपासून करावा. समाजाचाच एक अंश म्हणून, अशा स्त्रीकडे पाहण्याची त्याची स्वतःची

दृष्टि कशी आहे ह्याचा अंधारात, एकांतात शोध घ्यावा.
म्हणूनच, ह्या लेखातली मतं जरी 'मनातल्या, स्वप्नातल्या, वास्तवातल्या स्त्री'-बाबत असली तरी विधानं मात्र उभयपक्षांना लागू आहेत. 'मनातली स्त्री' असं म्हणण्याऐवजी 'मनातला, स्वप्नातला, वास्तवातला साथीदार' असं म्हणायला हवं होतं. पण लेखाचं स्वरूप लेखक म्हणजे पुरुष ह्याच भूमिकेतून प्रकट करायचं असल्यामुळे, त्याच दृष्टिकोणातून लिहायला हवं.
भर्तृहरी तेवढ्यासाठीच.
साथ हवी, हे महत्त्वाचं.
साथ ह्याचा अर्थ 'हो' ला 'हो' किंवा अर्ध्या वचनात राहणं असा मुळीच नाही. त्याच्या निर्मितीसाठी वा कोणत्याही अंगीकृत कार्यासाठी परखड परीक्षण करण्याची वेळ येईल तेव्हा तिला तेही जमलं पाह्यजे. इतकी बौद्धिक कुवत असलेली ती किंवा तो प्रत्येकाला मिळणं अशक्य. त्या पातळीवर होणारी उपेक्षा फक्त दुसऱ्या मार्गानंच भरून निघते. तो मार्ग म्हणजे जोडीदाराला आपल्याबद्दल नितांत आदरयुक्त प्रेम असावं. भावनात्मक पातळीवरच माणूस उद्ध्वस्त होण्यापासून बचावतो. मग साथीदाराजवळ तेवढी बुद्धीची झेप नसली तरी माया करायची तिची ताकद पाहूनच मन तृप्त होतं. ह्याच गरजेतून स्त्रीनं 'जेवायला वाढताना आई व्हावं, शयनगृहात जरूर ती साथ द्यावी' असं भर्तृहरीनं सुचवलं आहे. किंबहुना, ह्या सुभाषिताकडे पुरुषप्रधान संस्कृतीची निर्मिती असं न बघता, ज्या व्यक्तीला बेतास बात बुद्धी आहे, ती व्यक्ती केवळ सेवाभावानं नवऱ्याला अंकित करून घेऊ शकेल हे भर्तृहरीला सुचवायचं आहे असं समजून पाहावं. जिनं नवऱ्याला जिंकलं ती स्त्री, संसारात असून मुक्त आहे. हे समजण्यासाठी 'साथ' ह्या शब्दाचा अर्थ प्रथम समजायला हवा. पण त्याअगोदर मुक्तीची 'साथ' फैलावली आहे तिथं भर्तृहरीही 'हरी हरी' म्हणण्याकडे दुसरं काय करणार?

'साथ मिळायला हवी' हा आक्रोशच, एकत्र राहण्याची निकड दर्शवीत नाही का? साथीदार असवा म्हणजेच साथ मिळावी ह्याची इतकी निकड का? ढोबळ उत्तर द्यायचं तर माणूस हा कळप करून राहणारा प्राणी आहे म्हणून असं देता येईल. 'साथ' ह्या शब्दाचा इतका वरवरचा अर्थ नाही. 'साथ' म्हणजे संवाद. हा संवादही साधा नव्हे. इथंही 'संवाद' शब्दाचा अर्थ 'बोलणं' इतका वरवरचा अर्थ नाही. इथं संवाद वेगवेगळ्या पातळीवरचा आणि माध्यमावरचा आहे. इथं साथ म्हणजे निव्वळ 'सोबत' नव्हे. बरोबरीनं वावरणं नव्हे. 'वावरणं' सोपं असतं. 'सावरणं' अवघड. सावरणं हाच संवाद. शब्दांची फुंकर मारून जखमा बऱ्या होतात. ठणका कमी होतो. संतापाची धार बोथट होते. उदासीनतेचा वणवा शांत होतो. पण जिथं शब्दांची

ताकद कमी पडते तिथं काय उपाय? तिथं फक्त स्पर्शच माणसाला सावरतो. चित्रपटातल्या नृत्यदृश्यात पन्नास सख्या नाचत असल्या तरी हिरॉईन पुढे आली की सगळ्या सख्या आपोआप मागं जातात तसं स्पर्शाचं आहे. एकाकी किंवा 'आपण एकटे आहोत, अथवा पडू' ही पोरकेपणाची छळणारी भावना नष्ट करण्याचं सामर्थ्य फक्त स्पर्शात आहे.

एकाकीपणाचं भय माणसाला गिळून टाकतं. त्याच्या निर्मितीक्षम मनाला हादरवून टाकतं. सातत्यानं सोबत व साथ ह्याची गरज ह्याच भीतीपोटी.

तसाच विचार केला तर काही काही अवस्था अशा असतात की, एकटेपणाची जाणीव जाता जात नाही. भोवताली प्रियजनांचा दरबार भरलेला असला तरी एक भयाण अंधारकोठडी मनात वस्तीला असते. हजारो प्रेक्षकांच्या टाळ्या, प्रतिसाद, त्या एकांतावर मात करू शकत नाही का? गाजवून सोडलेल्या कार्यक्रमांच्या स्मृतिशहाऱ्यांनी मनाचा रिता गाभारा भरत नाही का? नानाविध नव्या निर्मितीच्या कल्पनांचीच सोबत मिळत नाही का? मिळवलेली कीर्ती वा लौकिक, त्याचा आधार वाटत नाही का?

नाही.

तशाच काही प्रसंगी ह्यातलं काही उरत नाही. पुरत नाही. मावत नाही. 'आपण एकाकी वा एकटे पडलेलो नाही' ही भावना जागी होईपर्यंत 'एकटेपणाच्या दहशती'- वर उपाय नाही. अशा तडफडणाऱ्या मन:स्थितीत जिवापाड लोभ करणारी व्यक्तीच सावरू शकते. डंख कमी होतो असं नाही, पण आपल्या असहाय्य परिस्थितीचा आणि अस्थिर मन:स्थितीचा कुणी कंटाळा करत नाही ह्याचाच धीर वाटतो. हवी ती चाल न सुचणं, हवा तसा कथानकाला आकार न येणं, लॅबोरेटरीतला प्रत्येक प्रयत्न फसणं ह्यासारखे निर्मितीतले अडथळे, निर्मात्याला पोखरून टाकतात. इमारत अजून शाबूत कशी, मेंदूतल्या रक्तवाहिन्या अद्यापि वाहतात कशा ह्याचंच नवल वाटतं. आवर्जून आवडता पदार्थ खावा तर कडब्यात आणि त्या पदार्थात फरक पडत नाही. सगळ्या शारीरिक संवेदना, वासना, गरजा नष्ट होतात. जो छळ असतो तो देहातीत असतो. तो ज्याचा तो निमूटपणे सोसतच असतो. कारण हे सगळे ताण-तणाव, हे स्वत:चं मरण स्वत: पाहणं, ही सगळी त्या निर्मितीसाठी केलेली गुंतवणूक असते, केव्हातरी पहाटेचा प्रसन्न वारा गात्रागात्रातला शिणवटा दूर करणार आहे ह्याची खात्री असते. ती पहाट उगवलीच नाही तरी ते सोसायची तयारी असते. मग यातना कशाच्या होतात?

तर ह्या मनस्तापाला क:पदार्थ मानणारी किंवा 'उसमें क्या है?' असा चेहरा करून वावरणारी माणसं भोवती असली की त्रास होतो. ह्यात भोवतालच्या माणसांचं चुकतं असं म्हणता येणार नाही. त्यांच्या मदतीनं प्रश्न सुटणार नाही हे त्यांनी हेरलेलं

असतं म्हणूनच ती माणसं एस.टी. स्टँडवरच्या अनोळखी प्रवाशांसारखी त्यांचं त्यांचं सामान संभाळत वावरत असतात. त्या माणसांचा राग तर मुळीच येत नाही. त्या क्षणी खरं तर स्वत:चंच अगतिक अस्तित्व नकोसं होतं.

अशा वेळी इतरांनी संभाळायचं असतं म्हणजे काय करायचं असतं? तर, प्रपंचातल्या व्यावहारिक वा अन्य समस्या वरच्यावर झेलाव्यात, ही अपेक्षा असते. लग्न, मुंजी, रिसेप्शनसारख्या समारंभांना हजर राहण्याचे उपचार इतरांनी संभाळावेत. सासू आणि सून ह्या नात्यातून, खोट्या अस्मितेपायी किंवा मोठेपणाच्या खुळचट कल्पनांतून निर्माण होणाऱ्या वादळापासून किनाऱ्याला वाचवाचं. काही निर्णय स्वत:च्या हिंमतीवर घ्यायला शिकावं. थोडक्यात एखादा संवेदनाक्षम नवरा, पत्नीच्या बाळंतपणाच्या वेळी फक्त प्रसूतिवेदनांचाच भार हलका करू शकत नाही, पण इतर प्रत्येक दालनात, तो फक्त पत्नीला सुखावह काय होईल ह्याचाच केवळ विचार करतो, तेवढी दखल, वास्तवातल्या स्त्रीनं घ्यावी ही कलावंत नवऱ्याची अपेक्षा असते.

'संभाळणं', 'संभाळणं' म्हणजे तरी नक्की काय? आठवलं ते सांगतो.

गेले काही वर्षं मी एका गावी वर्षांतून किमान दोन वेळा तरी कार्यक्रमासाठी जातो. एका संपन्न यजमानांच्या घरचं आतिथ्य उपभोगतो. ह्या सर्व कुटुंबाची मनाची संपन्नता मोजण्यासाठी कोणते तराजू आणावेत? सुवर्णतुला करावी असं मन घेऊन आलेला हा परिवार. ह्या यजमानांची स्वामिनी 'जीभ ओठात आणि पाय उंबऱ्यात' अशी. भोजनप्रबंध 'फाईव्ह स्टार हॉटेलला' मागं सारील असा.

भोजनप्रबंधाची महती पानातल्या पदार्थांच्या संख्येवरून मोजणाऱ्या महाभागांना मतदारसंघाची यादी बनवायला पाठवावं. प्रतिसाद देणाऱ्या माणसालाही किमान बौद्धिक पातळी असावी अशी अपेक्षा जो करतो तो कलावंत. बाकीचे संख्येच्या बळावर मान्यता पावलेले नफ्फड पुढारी.

इथं भोजनप्रबंध विलक्षण चविष्ट. पाकशास्त्राच्या पुस्तकाचा आधार न घेता बनवलेलं. पुस्तकी पानाचा स्पर्श न झालेलं 'पान' वेगळ्याच तेजानं झळाळतं. स्वयंपाक शब्दातल्या 'स्वयं'चा स्पर्श झालेली पाकक्रिया वेगळीच.

पण त्याहीपेक्षा महत्त्व वेगळ्या गोष्टीला.

यजमानांची गृहिणी आणि सत्तरीला स्पर्श केलेली यजमानांची माता, अतिथीला तृप्त करण्यासाठी सिद्ध असतात. आपण 'पुरे-पुरे' म्हणून थकतो, पण त्या दोधी आग्रह करून थकत नाहीत.

आपण तृप्तीनं जेवण संपवावं तरीही अतिथी 'अतृप्त' आहे ह्या भावनेनं सासू-सून हिरमुसली होतात.

अशाच एका मुक्कामात मी प्रयोगापूर्वी हाताला एक फुलांचा गजरा बांधला.

कार्यक्रम संपवून मी रात्री बारा-साडेबाराला परततो, तेव्हा वास्तू निद्रिस्त असते. पण त्या मुक्कामात कार्यक्रम संध्याकाळचा होता. रात्री नऊला मी परतलो. जेवणं झाली. आम्ही वरच्या मजल्यावर आलो. पाहुण्यांसाठी बांधून घेतलेल्या ह्या खास बेडरूम्स. त्याला लागून गच्ची. तिथं झोपाळा आणि गच्चीच्या कठड्याला लागून फुलझाडांच्या कुंड्यांची पलटण.

पाहुण्याचं आगत-स्वागत करून दिवसभर थकलेली स्वामिनी दहाच्या सुमारास 'गुडनाईट' असं नजरेनं सांगत गेली. रसिक, जिंदादिल यजमान रात्री बारापर्यंत गप्पा मारीत राह्यले. त्यांनी माझा निरोप घेतला पण ते झोपले नाहीत. ऑर्थर हेलीच्या 'एअरपोर्ट' वरून त्यांनी 'टेकऑफ' घेतला.

मी माझ्या खोलीत आलो. टेबलावर माझ्या अपुऱ्या राह्यलेल्या कथेचे कागद, चष्मा, पेन सगळंच होतं. कथेमधला राह्यलेला एक महत्त्वाला मुद्दा पुरा करावा असं ठरवून मी टेबलाजवळ आलो, आणि पाह्यलं, तर टेबलावर एक छोटा रुमाल; आणि त्यावर सातआठ, ताजी मोगऱ्याची फुलं.

त्या रात्री, माझ्या एकांतातल्या आकांताला त्या फुलांचा गंध होता.

त्या गावाला सातत्यानं माझा तीन दिवस मुक्काम होता. कार्यक्रमाला निघालो की यजमानांच्या मातोश्री हातात लवंग-खडीसाखरेची पुडी ठेवत होत्या. माझ्या पंचवीस वर्षांच्या कथाकथनाच्या कारकीर्दीत, न मागता, हातात खडीसाखरेची पुडी ठेवणारं हे एकमेव घर. सकाळ-संध्याकाळ टेबलावर ताजी फुलं. वहिनी कधी येत होत्या, फुलं ठेवीत होत्या, हे कळलंच नाही. परवा मी त्यांना म्हणालो,

'तुम्ही माझ्यासाठी फार करता.'

'चार फुलं आणायला किती वेळ लागतो? आणि त्यात विशेष काय?'

मी गप्प राह्यलो.

सेवेचं नातं काळाशी नसतं. उत्कटतेशी असतं. वेळ किती मोडला, ह्यावर काय अवलंबून? -आता समारंभातून वेगवेगळ्या नात्यानं जितके वेळा पुष्पहार किंवा गुच्छ स्वीकारण्याची वेळ येते तितके वेळा त्या फुलांचं नातं, एकांतातला आकांत गंधित करणाऱ्या फुलांशी जोडलं जातं.

व्हिक्स किंवा स्ट्रेपसिल्सच्या गोळ्यांत, खडीसाखरेच्या खड्याची ताकद येईल का? हे संभाळणं.

संभाळणाऱ्यांची ही यादी आणि प्रसंग कितीतरी देता येतील. माझा एक मित्र, गेली चार वर्षं सातत्यानं माझ्याबरोबर गावोगावी सोबत करतोय. एकेक कथा अनेकदा पण तितक्याच इंटरेस्टनं ऐकतोय. कोणत्यातरी एका गावाला तो एकदा येऊ शकणार नव्हता. पण त्या गावात थंडी आहे, हे त्यानं टाईम्स ऑफ इंडियाच्या क्लायमेट फोरकास्टमध्ये वाचलं आणि प्रवासात मफलर ठेव हे मला फोन करून सांगितलं.

हेही संभाळणंच.

त्या दिवशी हवामानाचे वारे आणि तपमान खरोखरच हवामानखात्याला अनुकूल होतं म्हणून मफलरचा उपयोग झाला.

ही सगळी मनातली माणसं. नुसती मनातली नव्हेत तर मनाजोगी. म्हणजेच संभाळणारी.

ह्याच विचारातून मी एका कथेत लिहिलं होतं, 'आयुष्यात एक क्षण भाळण्याचा, बाकी सगळे संभाळण्याचे.'

भाळण्याची प्रोसेस एकाच पातळीवरून होते, किंवा एकाच भावनेपोटी होते हे समजणं गावंढळपणाचं आहे. 'भाळणं' हा प्रकार अत्यंत सोपा. जाताजाता साधण्यासारखा. कधीकधी नव्हे तर पुष्कळदा एकतर्फी. पण 'संभाळण्याचं' व्रत हे बारमास व्रत. 'उतायचं नाही मातायचं नाही' हा मंत्र जपत पत्करायचा वसा. ह्यासाठी प्रारंभीच्या काळातलं प्रेम नंतरनंतर वात्सल्याकडे झुकायला हवं. स्त्रीजवळ ह्या भावना उपजत असाव्यात असं भर्तृहरीपासून थेट एकोणीसशे पंच्याऐशीचा दिवाळी अंक काढणाऱ्या संपादकानं गृहीत धरलेलं आहे. एकाच स्त्रीत, 'माता, अभिसारिका, मंत्री, दासी, क्षमाशील आणि जोडीदारानं अंगीकारलेल्या कार्यात अनुकूल' एवढे गुण मिळणं अशक्य असं भर्तृहरीला वाटलं तसंच ह्या अंकाच्या संपादकांनाही वाटलेलं आहे. नाहीतर 'वास्तवातील स्त्री', 'मनातली स्त्री' आणि 'स्वप्नातली स्त्री' असे विभाग पाडण्याची गरज पडली नसती.

ह्या तीन प्रकारच्या स्त्रियांची पुरुष प्रतीक्षा करीत असतो, हे गृहीत धरल्यामुळेच एवढा प्रपंच मांडावा लागला. वास्तवातील स्त्री जेव्हा मनातल्या स्त्रीपासून झपाट्यानं दूर जाते तेव्हाच मनातल्या स्त्रीचं चिंतन सुरू होतं.

आणि मग अनेक संसार आठवतात. कोणत्या ना कोणत्या प्रांतात साथीदाराला तोडीस तोड साथ देणाऱ्या स्त्रिया समोर येतात. त्या सगळ्या स्त्रिया त्यांच्या त्यांच्या संसारात रममाण झालेल्या दिसतात. कदाचित त्या अडकलेल्याही असतील. कंटाळलेल्याही असतील. कितीही वेगळं वेगळं आयुष्य म्हटलं तरी त्याचं रूटीन व्हायला वेळ लागत नाही. आपण वेगवेगळ्या नातेवाईकांच्या, मित्रांच्या संसारात डोकावतो ते खरोखरच एखाद्या प्रवाशासारखे. गाडीच्या खिडकीतून बाहेरचं स्टेशन खूप वेगळं वाटतं. चांगलं वाटतं. गाडी पाचदहा मिनिटांपुरतीच थांबली तर सगळीच स्टेशनं, वेगळेपणामुळे आकर्षक. दोन तास गाडी तिथंच खोळंबली की संपलं. वास्तवातल्या स्त्रीला तडे गेलेलेच असतात. त्यातले काही सांधले जातात. काही कधीच सांधले जाणार नसतात. काही तडे आपण बघून न बघितल्यासारखे करतो. केव्हा केव्हा तेही साधत नाही. मग आधार आणि दिलासा असतो मनातल्या स्त्रीचा. उरलेली मग सगळी धडपड त्या स्त्रीला तडे जाऊ नयेत ह्याची. कारण मनातली स्त्री

कुठं ना कुठं वास्तवात असते. जितका काळ आपण तिथं मुक्काम केलेला असतो तितका काळ तिनं गंधित केलेला असतो.
अशी किती स्टेशन्स आठवावीत?
कोल्हापूरचा कार्यक्रम संपवून रात्रभर प्रवास करून दोनच तासासाठी मी एका घरी थांबलो होतो. दोनच तासांनी सुटणारी डेक्कन क्वीन गाठायची होती. जागरणानं आणि प्रवासानं थकलो होतो. थोडी सर्दी झाली होती. आंघोळीचा पहिला गरम तांब्या अंगावर ओतला आणि निलगिरी तेलाचा वास आला. सर्वांगावर निलगिरीचे झिरझिरीत कवच चढवून त्यावर मी प्रवासाचे कपडे चढवले. त्या घरातल्या स्वामिनीनं खुलासा केला, 'तुम्हाला सर्दी झाल्याचं ओळखलं म्हणून आंघोळीच्या पाण्यात चार चमचे निलगिरी टाकलं होतं.'

पुण्यात एक हजारावा कार्यक्रम झाला. पहिलीवहिली कथाकथनाची कॅसेट प्रकाशित झाली. अशा अलौकिक यशानंतर जी गोष्ट आईनं केली असती ती गोष्ट सौ. ताई खानीवाले ह्यांनी केली. त्यांनी चक्क माझ्यावरून मीठमोहऱ्या ओवाळून टाकल्या. व्यवहारी जगात आमचं नातं व्याही-विहिणीचं. पण भावना, श्रद्धा ह्या दृष्टिकोणातून त्यांनी भूमिका बजावली ती आईची. कै. नटवर्य केशवराव दात्यांच्या सौभाग्यवती त्याही एकोणीसशे सदुष्ट सालापर्यंत, केव्हातरी क्षेम विचारायला आल्या की दृष्ट काढून जायच्या.
मनातल्या स्त्रीला वय नाही, किंवा वेगवेगळी वयं. मनातल्या स्त्रीचं जसं वय पाहायचं नाही, त्याचप्रमाणे त्यांची संख्याही मोजायची नाही.
आपल्याकडून एक गोष्ट मात्र निकरानं करायची. वास्तवातल्या स्त्रीपासून आपण दुरावले जातो त्याला आपण मुळीच जबाबदार नसतो असं नाही. म्हणूनच, मनातल्या स्त्रीच्या मनात आपली जी जागा असेल, ती अबाधित ठेवायची.
ती प्रतिमा संभाळायची. त्यासाठीही खूप खोल द्यावं लागतं; त्याची तयारी ठेवायची. त्या तयारीचा प्रारंभ म्हणजे, मनातली स्त्री हे मुक्कामाचं ठिकाण नाही, ह्याचं नित्य स्मरण. गाडी हलली की मनातला सल जपत, मस्त हसायचं, नजरेनं सांगायचं 'सुखात राहा' आणि निरोपाचा रुमाल दिसेतो डोळे कोरडे ठेवायचे. त्यातून डोळ्यांच्या कडा ओल्या झाल्याच तर वास्तवातल्या, प्रवास करणाऱ्या स्त्रीला सांगायचं 'डोळयात कचरा गेला.'
आणि ह्यापैकी कोणताच अभिनय जमत नसेल तर स्वप्नातल्या स्त्रीची प्रतीक्षा करायची. मनातल्या स्त्रीसाठी पापण्यांची कवाडं उघडायची.
इथं मिटायची एवढाच फरक.

प्रिय भाल

प्रिय भाल,

तुमचा 'टाहो' ऐकला. नलिनीला पत्र पाठवलं. तेवढ्यानं समाधान झालं नाही. फोन केला.

फोनवर तोच टाहो पुन: ऐकला. मग भेटावंसं वाटलं. तसाच निघालो. 'घायल की गति घायल जाने' ह्या भावनेनं निघालो. मी किती वेगानं माझं वाहन चालवत होतो ह्याची जाणीव होती आणि तरीही शुद्ध नव्हती. स्पीडोमीटरवरचा काटा जाणीव देत होता. पण दु:खानं तुंडुब भरलेल्या मनापर्यंत ती जाणीव पोहोचत नव्हती.

'जाणीव' देणाऱ्या वस्तू जाग्या असतात. स्पीडोमीटरवरचा काटा असो, घड्याळाचा असो किंवा एकोमीटरमधला रक्तदाब दर्शवणारा पारा असो. झालेली जाणीव फार तर बुद्धीपर्यंत पोहोचते. बुद्धीनं दिलेला इशारा मनावर उमटेलच असं नाही. मनाचं वेळापत्रक वेगळ्याच गतीनं चालतं किंवा अगतिक होऊन पडतं.

चोवीस जानेवारीला वसुंधरेला जेव्हा Brain Tumour Operation साठी थिएटरमध्ये नेलं तेव्हा अकरा तास मी असाच बाहेर उभा होतो. त्यानंतर ती साधारण शुद्धीवर येईतो, वीस-बावीस दिवसांचा काळ गेल्याची जाणीव कॅलेंडर देत होतं. डॉ. पंड्या, ॲनॅस्थॅटिस्ट देवल, डॉ. शर्मा ह्या मंडळींच्या शल्यकौशल्याची, डेडिकेशनची आणि पेशंटसाठी जिवाचं रान करण्याची जाणीव तर जाता-येता होत होती, पण त्यांचे आणि नातेवाईक, हितचिंतकांचे 'डोण्ट वरी' सारखे शब्द आक्रोशाचं कवच फोडून मनापर्यंत पोहोचतच नव्हते.

केव्हातरी कुणीतरी म्हणालं,

'त्या एका शक्तीनं तुम्हाला कोणतं फळ द्यायचं ते ठरवलेलं आहे. तो निर्णय तुम्हाला पत्करायचा आहे. यू हॅव नो चॉईस.'

अमळनेरचे डॉ. अप्पा म्हसकर म्हणाले,

'हे सगळ्यांच्या वाट्याला आलेलं आहे. आज ना उद्या येणार आहे. ताठ उभं राहण्यात पुरुषार्थ आहे. स्वीकार करायला तयार राहा. जे मिळेल ते.'

आपला सगळा वाद, संघर्ष, हट्ट, फक्त 'जे मिळेल ते' ह्या तीन शब्दांभोवतीच आहे

त्यातही जास्त रोख 'जे' ह्या अक्षरावर.

माझं तेच झालं होतं.

नियती आणि डॉ. पंड्या ह्यांच्यासारख्यांच्या कष्टांची युती झाल्यावर मला पत्नी वाचायलाच हवी होती. म्हणून त्या शक्तीनं ठरवलेलं फळ मी मान्य करायला तयार नव्हतो. ऑपरेशनच्या दिवशी मी देवळात गेलो नाही. ती शक्ती मी मानतो. तिथं माथा कायम झुकलेलाच आहे. तरीही मला मागायला जायला आवडत नाही. मला नंतर कृतज्ञतेनं आभार मानण्यासाठी जायला आवडतं. 'वसुंधरा वाचणार' ह्या आनंदात मी बारा फेब्रुवारीला देवळात गेलो आणि त्याच दिवशी संध्याकाळी तिचं आणखीन एक ऑपरेशन झालं.

उदास आणि विषण्णावस्थेत म्हणूनच मला चालता बोलता माणूस जास्त जवळचा वाटतो.

परागच्या बाबतीत तुम्ही केलेला आक्रोश मला हेच सगळं सांगत राह्यला. पाना-पानातून, ओळी-ओळीतून, 'बेटा पराग' अशा मारलेल्या हाकेमधून.

भाल,

तुम्ही आयुष्यभर हाकाच मरल्यात.

परागला प्राथमिक शाळेत प्रवेश मिळायला हवा. तेव्हापासून तुम्हाला हेच करावं लागलं. कुणाला ना कुणाला हाक मारणं आणि कधी कधी आक्रोश करणं. तुम्हाला ह्या सर्व हाकाटीमधून एकच जाणवलं असेल की, ज्याला हाक ऐकू येत नाही, त्याला आक्रोशही ऐकू जात नाही.

आणि आपल्या देशात तुमच्या माझ्यासारख्या माणसाची हीच परवड आणि शोकांतिका आहे. ज्यांना हाका ऐकू येतात त्यांच्या हातात अधिकार नसतात. ज्यांच्याजवळ अधिकार असतात त्यांना कान नसतात. न्यायदेवतेला आपण आंधळी ठरवून मोकळे होतो ते ऐकायची इच्छा नसलेल्यांचं बहिरेपण लपावं म्हणून. स्वातंत्र्य मिळालं असं आपण का म्हणतो, तेच मला कळत नाही. जीवनावश्यक समजल्या जाणाऱ्या प्रत्येक प्रांतात सामान्यांची अडवणूक हेच चित्र कायमचं झालेलं आहे. प्राथमिक शाळेत प्रवेश मिळवण्यासाठी पालकांना जीव गहाण ठेवायची पाळी येते याला राज्य म्हणायचं काय? बालकदिन साजरा करणारा आणि डॉक्युमेंटरीत लहान मुलांना कडेवर उचलून घेणाऱ्या चाचा नेहरूंचाच हा देश का? परागसाठी तुम्हाला आयुष्यभर हेच करावं लागलं. किंबहुना, वैवाहिक आयुष्याचा आरंभही असाच झाला. प्रेयसीची प्राप्ती व्हावी म्हणून रूढी, परंपरा, गोत्र, नातं... सगळ्या बाबतीत आक्रोश. प्रवाहाच्या विरुद्ध पोहण्यातच तुमची शक्ती गेली. विमलच्या प्राप्तीसाठी तुम्हाला लपंडाव खेळावे लागले ! मोठ्या हिकमतीनं, मिनतवारीनं ज्या चुटपुटत्या

भेटीगाठी झाल्या त्यातून समाधान, तृप्ती मिळाली की फक्त हुरहूर पदरी पडली ! डॉक्टर व्यवसायातील मंडळी जरा सुधारक, धीट, समाजाभिमुख वगैरे वगैरे मानलं जातं. पण तुम्हालाही वंशवृक्ष त्याच्या मावसचुलत शाखा...सगळं पाहावं लागलं; आणि नाममात्र दत्तकविधीला सामोरं जाऊन प्रश्न सोडवावा लागला. एका छोट्या धार्मिक (?) विधीनं गोत्र सहजी बदलली जाणारी गोष्ट असेल तर समाजानं त्याच्या आहारी का जावं?

मनाला न पटणारे हे सोपस्कार तुम्हाला पार पाडावे लागले. वाग्दत्त वधूनं रुबाबात उंबऱ्यावरचं माप लोटून घरी लक्ष्मीसारखं यायचं त्याऐवजी गुपचूपपणे तिनं गृहप्रवेश केला. ह्या सर्व घटनेत एक वेगळं नाट्य नव्हतं असं कोण म्हणेल?- मला मात्र त्यात विलक्षण कोंडमारा दिसतो.

माणसावर इतकं बिचकून, भिऊन जगण्याची सक्ती का व्हावी? एकमेकांवर आरक्त झालेल्या जिवांचे हेच पारंपरिक हाल व्हायला हवेत का?

हाही टाहोच.

तुमचं लग्न झालं. विमलला दिवस राहिले. सगोत्र विवाह. होणारं मूल अव्यंग असेल ना?

भाल,

ह्या एका टप्प्यापर्यंत तुमचं आत्मकथन, किंवा परागला उद्देशून लिहिलेलं दीर्घपत्र किंवा...

अर्थात नकोच.

तुमच्या ह्या स्वगताला, प्रकट आठवणींना कुठलाही पारंपरिक, कप्पे पाडणारा वाङ्‌यप्रकार म्हणायला नको. हा सगळा आक्रोशच आहे.

पण तरीही ह्या एका वळणापर्यंत मला तुमचं निवेदन वैयक्तिक वाटलं. भाल पाटील ह्या व्यक्तीचीच ती कहाणी आहे. पण, आपलं मूल अव्यंग असेल ना? - ह्या विचारापासून ही कथा प्रत्येक, होऊ पाहणाऱ्या बापाची होते. नवपरिणीत दांपत्याची होते. प्रत्येक पहिलटकरणीची होते. एका माणसाची ती चिंता न राहता, मानवतेची होते. आणि नंतर जी उरते ती हुरहूर, काळजी, दक्षता, चिंता त्या सर्व मानवी भावांचं-भावनांचं कथन.

पराग तीन वर्षांचा झाला.

विमलला डिस्‌सेमिनेटेड स्क्लेरोसिस आहे असं डॉ. मेहतांनी सांगितल्यावर तुम्ही जो आक्रोश केलात त्याचं रूप फार भयानक होतं. आपल्या जिवाभावाच्या साथीदाराला झालेली जिवावरची व्याधी, जोडीदाराला न सांगता, त्याची शुश्रूषा करायची. चेहरा 'कुछ भी नहीं हुआ, मामुली बात है' असा ठेवायचा आणि एकांत शोधून अश्रुपात करून घ्यायचा. ह्या यातना कितीतरी जणांच्या वाट्याला आल्या असतील. माझ्या स्वत:च्या आयुष्यात मी पंधरा जानेवारी ते सतरा जानेवारी, दोन दिवस, दोन रात्री

अशाच रडून घालवल्या. वसुंधरेला जवळजवळ टेनीसबॉलच्या दीडपट आकाराचा ब्रेन ट्यूमर आहे, हे जेव्हा स्कॅनिग करताना प्रत्यक्ष प्लेटवर उमटलेलं चित्र पाह्यलं, त्या क्षणापासून मी काय केलं? - फक्त अश्रुपात.

असेच आघात अनेक संसारांनी झेलले असतील. म्हणूनच म्हटलं, इथून पुढची सगळी धावाधाव, आटापिटा, वियोग, ह्या सगळ्याला वैयक्तिक काळ उरत नाही. नियतीनं ही कसर भरून काढली ती नलिनीच्या रूपानं, आणि नंतरचं सगळं संसारचित्र आहे हे कोणत्याही बापाचं आहे. वात्सल्य आणि प्रेमाचा अभिषेक करणाऱ्या बापाची कहाणी. तुम्ही परागला ज्या पद्धतीनं संभाळलंत, ती पद्धत, ओढ, तडफड, दक्षता...खरंच भाल, तुम्हाला 'भाल' पाटील न म्हणता 'देखभाल' पाटील असंच म्हणायला हवं.

देखभालीची उलघाल, परागला दोन चाकी सायकल घेऊन द्यायची म्हणून तुम्ही सोलापूरला जाताजाता अर्ध्या वाटेवरून मुंबईला परतलात; तिथपासून जास्त जाणवते. पत्नीवियोगाच्या दुःखापेक्षा, मुलाबद्दलचं वात्सल्य श्रेष्ठ ठरलं. ह्या एका प्रसंगापासून बाप मुलाच्या कल्याणासाठी किती तडफडतो ह्याचीच कहाणी अखेरपर्यंत आहे. नलिनीचं तुमच्या आयुष्यातलं आगमन हा एकमेव श्रावण महिना आहे. वैशाखाच्या वाटचालीतली ही न सुकणारी हिरवळ- ही हिरवळ आजही तुमच्याभोवती आपल्या प्रेमानं दरवळत आहे. पराग सहावीत गेल्यावर, तब्बल साडेतीन वर्षांनी, महाराष्ट्र सरकारचं शिक्षणखातं, परागच्या वयाच्या दाखल्यासाठी हात धुऊन मागे लागलं. हे कसलं स्वातंत्र्य? असं मी मघाशी म्हणालो, ते हेच. प्रत्येक नागरिकाला नियमांच्या पारतंत्र्यात टाकून अख्ख्या देश स्वतंत्र झालाय.

प्राथमिक शिक्षणापासून महाविद्यालयीन शिक्षणापर्यंत ह्या देशातला प्रत्येक नागरिक, टक्केवारीकडे गहाण पडलाय. प्रत्येकानं इतकी हुशार मुलं कुठून आणायची? - मुलांना अभ्यासासाठी जागा कशी मिळवायची? बिल्डर्सना, प्लॅन पास करणाऱ्यांना मोजावे लागणारे लाखांच्या घरातले आकडे, निव्वळ सचोटीवर कसे मिळवायचे? शाळेतलं तकलादू शिक्षण, पुस्तकांचे भारे आणि व्यवहारातलं शहाणपण ह्यातली तफावत कशी भरून काढायची? जाहिरातींचा हैदोस घालणाऱ्या टीव्ही राक्षसापासून घरं कशी वाचवायची?

परागला अर्धा टक्का मार्क पडला कमी. ज्यापायी, समाजात काही ना काही स्थान असलेल्या तुमच्यासारख्यांची जी परवड झाली. ती भाल पाटील ह्या माणसाची कहाणीच होऊ शकत नाही. मिड्ल क्लास हा गोंडस शाप वागवणाऱ्या प्रत्येक नागरिकाचं ते प्रातिनिधिक चित्र आहे.

एक डॉक्टर, एक लोकप्रिय नगरसेवक, एक हळवा पती, एक वात्सल्यभावानं दक्ष असलेला बाप असे अनेक माणुसकीचे पदर असलेल्या माणसाची ही ओढाताण,

मग सामान्यांचं काय होत असेल?
डॉक्टरी व्यवसायातला माणूस, जन्मत:च नियतीशी लढणारा शिपाईगडी असतो. त्याच्याजवळ पांढरं निशाण नसतं. म्हणूनच वरची शक्ती 'जे देईल ते' स्वीकारायला तो तयार नसतो. तुमचा पराग चक्रव्यूहात सापडलेला नव्हता. तुम्ही आणि नलिनीच चक्रव्यूहात सापडला होतात. तुमचं आयुष्य चक्रव्यूहाचा भेद करून परागला मोकळी वाट करून देण्यात गेलं.
व्यूह रचणारे कायम आनंदात असतात. एखादा व्यूह कुणी पार केलाच तर त्यांचं काहीही बिघडत नाही. तोपर्यंत त्यांच्याजवळ दुसरा सापळा तयार असतो. व्यापाऱ्यांपासून सरकारच्या गंजलेल्या पिवळ्या पडलेल्या कागदांवरच्या नियमांपर्यंतचे सैनिक त्यांना मदत करायला पाठीशी असतात. ह्या धावपळीनं आणि चक्रव्यूहानं तुमच्यातला आणि परगमधला संवाद पहिल्यांदा तोडला. पहिली हत्या झाली ती संवादाची, शब्दांची; नंतर परागची.
पराग गेला. तुमच्या आक्रोशापल्याड गेला. आयुष्याची ही सर्वांत मोठी शोकांतिका. सर्वांत प्रिय व्यक्तीच्या वियोगानंतर फोडलेला टाहो, फक्त तीच व्यक्ती सोडून सगळं जग ऐकतं, त्यापैकी एकाच्याही सांत्वनात, संजीवनीची शक्ती नसते आणि विस्मरण घडवणारं मंत्रसामर्थ्य नसतं.
पण भाल, ही नियतीचीच योजना आहे. त्यानं नेलेली व्यक्ती पुन्हा त्याच्या माणसात जाऊ नये म्हणून केलेली.
पण जिथं जित्याजागत्या, चालत्याबोलत्या माणसांपर्यंतच आक्रोश पोहोचत नाही, त्याचं काय? तसं असतं तर दशरथापासून, भाल पाटीलपर्यंत, मुलाचा मार्ग निष्कंटक करणाऱ्या कोणत्याही पित्याच्या कपाळी हा ललाटलेख लिहिला गेला नसता. 'अश्रूंचे गाऱ्हाणे रक्ताला कळेना' अशी सोपानदेवांची एक कविता आहे. बापाची माया मुलाला उपकारासारखी वाटावी, वैफल्यानं त्याला घेरावं, आणि कोपऱ्यावर जायचं असलं तरी घरात सांगून जाणाऱ्या मुलानं, परतीचा, पुनर्भेटीचा नसलेला प्रवास करताना, त्याचा पत्ता लागू देऊ नये, ह्याला काय म्हणावं?
भाल, एकच करा.
तुमची ही विराणी कुठेही परीक्षणासाठी पाठवू नका. तंत्र, शैली, चौकट, आशय, अभिव्यक्ती, भाषा, उत्कर्ष बिंदू ह्यासारखे कौरव टीकाकारांच्या दरबारात असाच एक चक्रव्यूह रचून तयार असतात. परीक्षणासाठी पुस्तक पाठवायचं असतं.
पित्याचा 'टाहो' नव्हे.
तुमचा,
व.पु. काळे

बडोदेकर मित्रांनो

बडोदेकर मित्रांनो,

सत्तेचाळिसाव्या संमेलनानिमित्त आपण ही खुर्ची मला दिलीत आणि माझा गौरव केलात. ज्या काही मोजक्या खुर्च्यांची मला लहानपणापासून दहशत बसलेली आहे, त्यांपैकी एक खुर्ची 'अध्यक्षमहाराजांची' आहे. टेबलापलीकडे असलेल्या खुर्चीला समोरच्या माणसाची वाटेल ती परीक्षा घेण्याचा अधिकार असतो; हे मी शाळेत, कॉलेजात आणि सत्तावीस वर्षांच्या महानगरपालिकेच्या नोकरीत अनुभवलं आहे. पण आज ह्या खुर्चीला स्पर्श केल्याबरोबर मला समजतंय की ही खुर्ची, ती जो आवडतो त्याची कसोटी बघणारी आहे. दखलपात्र गुन्हा असतो, तशी ही दखलपात्र खुर्ची आहे. आणि म्हणूनच आपण खुर्चीवर बसू शकतो का, ह्यावर विचार करण्यात मी खूप दिवस घालवले. माझी अवस्था काही दिवस घरातल्यांना बघवत नव्हती. एकदोनदा तर रात्री झोपेत ओरडलो असाही वेधशाळेचा रिपोर्ट आहे. अध्यक्षपदाची खुर्ची हा विचारच इतका झपाटणारा होता की त्या तंद्रीत मला एक कविताही झाली.

बडोद्याच्या उन्हाळ्यात
वैशाखाच्या ऐन वणव्यात शिशिरासारखी दातखीळ बसली,
अध्यक्ष व्हायची योग्यता नसताना अध्यक्ष व्हायची पाळी आली.
म्हटलं पाळी आली आहे, तेव्हा ती चुकवून चालणार नाही.
दणदणीत भाषण ठोकल्याशिवाय आता काही सुटका नाही.
भाषण कसं हवं?
कलंदर बापूची जिगर हवी, गडकऱ्यांची चौफेर नजर हवी.
पुलंच्या विनोदाबरोबर, 'वरात' हवी आणि फुलराणीची वटवट हवी.
अध्यात्माची झेप हवी, दलितांचे हुंदके हवे.
हिंदुत्व तर शिवी झाली 'निधर्माचे' वेड हवे.
म्हणून माजी अध्यक्षांची भाषणं तोंडपाठ केली.

तरलो तर बाजी मारली, बुडलो तर त्यांची जिरली.
विचार केला, सध्या कुणाच्या स्टाईलला भाव आहे.
साने गुरुजी, खांडेकरांचं आता केवळ नाव आहे.
यगो जोशी, चिं. वि. जोशी ह्यांचे स्मरण कुणाला आहे?
सात्त्विक कथेपाठोपाठ विनोदही गेला, ह्याचे कुणाला भान आहे?
गोखल्यांची मैफल शेरोशायरीशी, नाट्यसंगीत जिवंत ठेवले.
'बाळ' ची गट्टी 'ताईशी' जुडीचे ढीग गावोगावी पडले.
पाटलांनी ग्रामीण कथेशी पान जमवले,
पिचकाऱ्या टाकता टाकता तेही अध्यक्ष झाले.
अर्नाळकरांनी छोटु झुंझारबरोबर पाठलाग केले
बाबा कदमांनी सगळ्यांनाच मागे टाकले.
गोनी, बमोनी शिवाजीवरच स्वारी केली.
औरंगजेबानं पाह्यली नाही, एवढी ह्यांनी कसोटी पाह्यली.
रणजित देसाईंचा मग नाइलाज झाला.
त्यांच्या वाट्याला केवळ 'स्वामी' उरला.
दळवी, कर्णिकांनी झोपडपट्टीवर लेखणी चालवली.
शहरातली झोपडपट्टी साहित्यभर पसरली.
हिट आणि हॉट नाटकांनी रंगभूमी थकून गेली.
'अवध्य' ने नारळ फोडला तर 'सखारामनं' बाटली फोडली.
तेंडुलकरांची गाठ जब्बारशी आम्हाला कुणी भेटत नाही.
ईश्वरसाक्ष खरे सांगतो, हे अर्धसत्य नाही.
काय ती परितोषिकं, काय ते मानसन्मान
चौदा भाषेत भाषांतरं, विनम्र हास्य, कलती मान.
ह्यांना हे सगळं साधतं कसं कोडं काही उकलत नाही,
अस्सल तर जमतच नाही, भाषांतरं, तेही साधत नाही.
अध्यक्षपदापासून लांब राह्यलो कथाकथनानं हौस भागली.
तर बडोदेकरांनी मनावर घेतलं, आपण होऊन सुपारी धाडली.
पद स्वीकारलं नाईलाजानं, ओढून ताणून चंद्रबळ
आता तुमची धडगत नाही, भोगा कर्माचं फळ.
तरीही नकळतपणे चित्तवृत्ती बहरून आली.
मराठीच्या नगरीमध्ये कथा माहेरा आली.

'कथा माहेरा आली' ह्याचा आनंद मनापासून. महामंडळाचं साहित्यसंमेलन यंदा

नांदेड इथं होत आहे. त्याचे अध्यक्ष, माझे मित्र शंकर पाटील आहेत. तेही योगायोगानं कथाकार आणि समर्थ कथाकथनकार आहेत. ही आणखी एक आनंदाची गोष्ट.
ह्या संमेलनाचं अध्यक्षपद स्वीकारताना मला मनस्वी आनंद वाटतोय. एका सामान्य माणसाला एवढं मोठं पद कधी मिळालं नव्हतं.
सामान्य माणूस स्वत:तच दंग असतो. स्वत:चं घर, नातेवाईक, मोजके मित्र ह्या पलीकडे त्याची नजर जात नाही. त्याचं वाचन बेतासबात असतं. क्रिकेटसारख्या खेळाचं त्याला आकर्षण असतं पण बारकावे समजतातच असं नाही. त्याला फक्त पराभव म्हणजे काय तेवढंच माहीत असतं. सामान्य माणसाला कुवतीनुसार देवाणघेवाण करायला आवडते पण तरीही लग्नाच्या आमंत्रणपत्रिकेवर 'नो प्रेझेण्टस्' म्हटलं की त्याला बरं वाटतं.
टॅक्सीवाल्याजवळ सुटे पैसे मिळाले म्हणजे, प्रवासात खिडकी मिळाली की, दुकानाचा 'सेल' संपायच्या आत खरेदी झाली म्हणजे. त्याचप्रमाणे ऑफिसात ऑफिसरनं 'तुम्ही बेदम काम केलंत' हे मान्य केलं आणि घरच्या साहेबानं, 'खरंच, तुम्ही किती दमता' ह्यासारख्या वाक्यांनी ज्याला गाढ झोप लागते तो सामान्य माणूस.

माझं चित्र वरच्या वर्णनापेक्षा वेगळं नाही. मी लेखन केलं पण त्यावरून माझं वाचनही तेवढंच अफाट असेल, असा तुम्ही अंदाज केलात तर तो चुकेल. बेतासबात वकूब असतानाही कुणी 'Great' वगैरे मानलं की ज्याला गुदगुल्या होतात तो सामान्य अशी व्याख्या केली तर त्यात मी फिट्ट बसतो.
वाचनाचा व्यासंग माझ्यापेक्षा जास्त असलेले अनेक श्रोते आत्ता माझ्यासमोर असतील, ह्याची मला खात्री आहे.
मी जिथं मराठी वाचन उदंड केलेलं नाही तिथं इंग्रजी भाषेबाबत काय सांगू? त्याही दृष्टिकोनातून मी सामान्य आहे.
सामान्य म्हणजे किती? तर 'अपार्टमेंट' शब्द लिहिताना 'सिंगल पी' की 'डबल पी' हे हळूच डिक्शनरीत बघणारा.
ह्या दृष्टिकोनातून तुमचा प्रतिनिधी ह्या नात्यानं मी झक्क शोभतो. आणि केवळ त्याच दृष्टिकोनातून मला ही खुर्ची अडवायचा हक्क नाही, अशी विधानं मी करणार नाही. आणि तरीही मला सांगावंसं वाटतं.
मी तुमच्यातलाच एक आहे. तुमच्यापैकीच एक आहे. फक्त आजचाच दिवस मी इथं आहे. आजच्या ह्या समारंभापुरतंच माझं स्थान वेगळं आहे. आपण घरी जेव्हा रोज देवांची पूजा करतो तेव्हा सगळे देव सारखेच असतात. 'खास जनता शो' म्हणतात तसं. पण श्रीसत्यनारायणाची पूजा असली की आपण देवघरातला बाळकृष्ण बाजूला काढतो. पूजेपुरतं त्या बाळकृष्णाला वेगळं अस्तित्व. वेगळं

महत्त्व. तेवढ्याच नाममात्र वेगळेपणानं मी तुमच्यासमोर आहे. अध्यक्षपदाचा हा बॅच उतरवला की मी तिथं, तुमच्यात बसणार आहे. माझी नेहमीची जागा तिथं आहे. मला कोणतीही खुर्ची मान्य नाही. अध्यक्षपदाची तर नाहीच. इतरांपेक्षा ही खुर्ची तुम्हाला वेगळ्या भूमिकेत नेते. इतरांपासून वेगळं काढते. ही खुर्ची हितगूज करणारी नाही. ही उपदेश करणारी, आदेश-संदेश देणारी खुर्ची आहे. मला खुर्चीपेक्षा भारतीय बैठक आवडते. जी डळमळीत होते ती खुर्ची. जी भक्कम असते ती बैठक. आपलेपणाचं नातं निर्माण करण्याचं सामर्थ्य फक्त बैठकीतच असतं. काही बैठकी ह्याला अपवाद. विधानसभेची बैठक, किंवा कोणत्याही राजकीय पक्षाची बैठक, ह्याला अपवाद.
राजकारण म्हटलं की खेळ खलास.
दोन मिनिटं शांत उभं राहायचा तो विषय.

इथल्या संमेलनाचं आणखी एक वैशिष्ट्य आहे. मला असं समजलंय की ह्या संमेलनाच्या अध्यक्षपदी म्हणून लेखक निवडला जात नाही. पसंत केला जातो. इथं निवडणूक होत नाही. आवडणूक होते. म्हणूनच संमेलन उधळलं जाण्याची इथं भीती नाही. बोलावणारा असीम प्रेमानं बोलावतो. येणारासुद्धा प्रेमानंच येतो. दरवर्षी महामंडळाचं साहित्यसंमेलन होतं. त्याआधी निवडणुकांचे वारे सुरू होतात. निवडणुकीचीच तंत्रं वापरली जातात. निवडणूक लढवणाऱ्यांपैकी काही लेखकांना स्वत:चं नाव मागं घेण्यासाठी विनंती केली जाते. ते लेखक 'मंत्र्या' प्रमाणे हटून बसतात. नाव मागं घ्यायला तयार होत नाहीत. ह्याही बातम्या लपून राहात नाहीत. मग प्रश्न पडतो, अशा मारामाऱ्या करून अध्यक्षपद मिळवण्यात कसला आनंद? विचारवंत म्हणवणाऱ्या माणसांनी, औट घटकेच्या मानासाठी आपल्याच रसिक वाचक, श्रोत्यांसमोर आपलं हे रूप प्रकट करावं का? मानापमान, मतभेद, राज्यकर्त्यांपैकी कुणाला आमंत्रण द्यायचं की नाही इथपासून घोळ. त्यात दलितांची भर. मला तर हे शब्दच पटत नाहीत. लेखक, कलावंत हे लेखक, कलावंतच असतात. त्या दृष्टिकोनातून दलित वगैरे शब्द मी मानत नाही. चोखामेळा, सावता माळी, जनाबाई, नामदेव ह्या संतांच्या ओव्या आणि वाङ्मय अमर झालं किंवा आजही पाठ करावंसं वाटतं ती त्यांच्या प्रतिभेची शक्ती. जातीची नव्हे.

जात, धर्म, राजकारण, राजकारणासाठी वापरायची जात हे माझे विषय नव्हेत आणि मला ते विषय आवडतही नाहीत. मग आवडत नाही हे सांगण्यासाठी मी हा विषय का काढला? 'नाही मी बोलत' हीच ओळ पंचवीसदा म्हणत बोलायचं अशातला प्रकार नाही.

कोणताही सामान्य माणूस हे प्रकार पाहून ज्याप्रमाणे गोंधळून जातो तसाच मीही गोंधळतो. अंतर्यामी अस्वस्थ होतो. ज्या सामाजिक, राजकीय ढोंगावर साहित्यिकांनी, विचारवंत म्हणवणाऱ्यांनी तुटून पडायचं त्यांनीच हे निवडणुकीचं शस्त्र साहित्याच्या प्रांतात चालवायचं. हे पटत नाही.

ह्यासारख्या सगळ्या गोंधळापासून हे संमेलन अलिप्त आहे, ही भाग्याची गोष्ट आणि असं असूनही हे पद स्वीकारावं की नाही ह्या संभ्रमात मी होतो.

ह्या खुर्चीसाठी काहीतरी वेगळं लागतं. समाजाकडे बघण्यासाठी वेगळा डोळा लागतो. वयात आल्यावर ज्याप्रमाणे दाढीमिश्या येतात त्याप्रमाणे हा डोळा तेव्हा येत नाही. तो बालवयातच गवसावा लागतो.

त्याचप्रमाणे लेखनाच्या बाबतीत म्हणता येईल. त्यासाठीही एक वेगळी नजर लागते. टीकाकार आणि साहित्याची समीक्षा करणारी मंडळी जो एक शब्द जातायेता वापरतात ती भूमिका साधली पाह्यले. टीकाकारांचा तो शब्द आहे. 'वाङ्मयीन अलिप्तता.' हे प्रकरण अस्मादिकांना समजलं पण साधलं नाही. किंबहुना जीवनाच्या कोणत्याच प्रांतात ही अलिप्तता न साधल्यामुळे, ती साहित्यातही साधता आली नाही. तो डोळाही बालवयातच गवसावा लागतो. ते तर फार मुष्कील होतं. आता का? ते सांगायचं ठरवलं तर एकोणिसशे बत्तीसपासूनचा, जमेल तेवढा अहवाल सादर करावा लागेल. तुमच्यासारख्या रसिकांना त्याबद्दल कदचित कुतूहल असेल, पण टीकाकारांना तो तपशील मुळीच नकोसा असतो. कारण एकदा तो इतिहास समजला, तर टीकाकारांना त्यांनी ठरवलेल्या चांगल्या वाङ्मयाचे निकष, त्या त्या लेखकाला लावता येणार नाहीत.

माझा जन्म बत्तीसचा.

गाव पुणं.

आता बत्तीस सालापासूनच्या राजकीय, सामाजिक घडामोडींचा अहवाल घ्यायचा झाला तर महत्त्वाचे प्रसंग किती?

दुसरं महायुद्ध झालं तेव्हा मी सात वर्षांचा होतो. बेचाळीसचा स्वातंत्र्यलढा झाला तेव्हा मी दहा वर्षांचा होतो. त्यानंतर भारताला स्वातंत्र्य मिळणं. गांधींची हत्या, त्यापाठोपाठची दंगल, हिंदु-मुसलमानांचे दंगे, संयुक्त महाराष्ट्राचा लढा, गोवा आंदोलन, चीन, पाकिस्तानशी युद्ध, शिवसेनेसारख्या पक्षाची स्थापना, पानशेतचं धरण फुटणं आणि अगदी अलीकडच्या घटना म्हणजे इंदिराजींची हत्या, भोपाळची दुर्घटना.

देश हादरवून टाकणाऱ्या ह्या घटना घडत असताना मी कुठे होतो? मी कोणता त्याग केला? कोणती सेवा केली? किमान ह्या सगळ्या गोष्टींकडे मी जाणिवेनं

पाह्यलं का? जाणिवेनं बघणं म्हणजे तरी काय?
दुसऱ्या महायुद्धाच्या वेळची आठवण. आमचा युद्धाचा अनुभव काय? तर भावे स्कूलच्या मधल्या हॉलमध्ये एक तीन-साडेतीनशे चौरस फुटाचा, स्टेजसारखा लाकडी प्लॅटफॉर्म होता. धोक्याचा भोंगा वाजला की आमच्या वर्गातल्या मुलांनी त्या प्लॅटफॉर्मखाली लपायचं अशा सूचना होत्या. भारतावर एकच बॉम्ब पडणार, आणि तो फक्त भावे स्कूलवर ही समजूत. त्या युद्धानं माणूस भयभीत कसा होतो, हे समजलं. उद्‌ध्वस्त कसा होतो, हे समजलं नाही.
अनुभवविश्व समृद्ध असल्याशिवाय लेखन समृद्ध होत नाही. ह्या दृष्टिकोनातून माझं सगळं आयुष्य पुण्या-मुंबईसारख्या शहरात गेलं. नोकरी केली ती महानगरपालिकेत. नव्वद टक्के माणसं जसं जगतात, तसा मी जगलो. जे जगलो ते लिहिलं. ते लिखाण नव्वद टक्के माणसांचं होतं. म्हणून झटपट लोकांपर्यंत पोहोचलो.
पण हे जगणं फक्त साडेतीन टक्के लोकांचंच आहे हे अलीकडे समजलं.
आपलं गणित कधीच चांगलं नव्हतं.
कथाकथनाच्या निमित्तानं महाराष्ट्रभर हिंडलो. लंडन, कॅनडा, अमेरिका, दुबई, मस्कतलाही गेलो, पण तिथंही साडेतीन टक्केवाल्यांकडेच उतरलो, त्यामुळे अनुभवांची लांबी वाढली. बाकी काही वाढलं नाही.

कोण कसा वाढला, त्याचे विचार असे का झाले ह्याचा विचार समीक्षाकार करीत नाहीत. गंमतीनं म्हणावंसं वाटतं, टीकाकाराची लेखणी म्हणजे वॉशिंग्टनची कुऱ्हाड. सगळ्या झाडांवर चालवायची.
ह्यावरून एका सरदारजीचा किस्सा आठवतो.
सरदारजीच्या एका मुलानं असंच एक झाड तोडलं. त्याच्या बापानं त्याच्या कानशिलात भडकवली. तेव्हा तो म्हणाला,
'वॉशिंग्टननं त्याच्या बापाचं आवडतं झाड तोडलं तरी त्याला त्याच्या बापानं मारलं नव्हतं.' तेव्हा तो सरदारजी म्हणाला,
'मूर्खा, त्या वेळेला त्याचा बाप त्याच झाडावर बसलेला नव्हता.'
अर्थात् हे विषयांतर झालं.
पण तरीही असं वाटतं. प्रत्येक लेखक झाडासरखा असतो. तो कोणत्यातरी मातीत जन्माला येतो. आपण उगवावं कुठं हे झाडाला ठरवता येत नाही. तसंच कलावंताचं असतं. त्याच्यावर टीका करताना, त्याचं नातं कोणत्या जमिनीशी आहे, हे पाहावं. त्याच्या शक्तीनुसार, त्या मातीचं तो जे देणं लागतो, ते तो देतो की नाही, हे पाहावं. आजचे काही समीक्षक ते बघत नाहीत. लेखक घडवणारे समीक्षक निर्माण होत नाहीत, हा माझा अनुभव.

मराठी लेखकाचं अनुभवविश्व, एखादा अपवाद वगळला, तर मर्यादित आहे, हे कुणी नाकारलंय?

म्हणूनच,

मराठी लेखकांचं अनुभवविश्व तोकडं असतं तेव्हा त्यांना वेगळे अनुभव द्यावेत असं एकदम एका भल्या पहाटे सरकारला वाटलं. त्या वेळेला लडाखला युद्ध सुरू होतं. प्रत्यक्ष युद्धभूमीचं दर्शन मराठी लेखकाला घडवावं म्हणून मराठी चार खंद्या लेखकांची निवड झाली. त्यापैकी दोन तर पुरुषोत्तम होते. पु. भा. भावे, पु. ल. देशपांडे, ग. दि. माडगूळकर आणि माझ्या माहितीप्रमाणे प्रथम कुसुमाग्रज जाणार होते. प्रत्यक्षात आमचे मित्र वसंत सबनीस ह्यांची निवड झाली. सरकारी खर्चानं ही मंडळी लडाखपर्यंत विमानानं जाऊन आली. ही मंडळी परतल्यावर वाटलं, चिरकाल स्मरणात राहील असं काहीतरी अलौकिक निर्माण होईल. पण तसं घडलं नाही. आणि निर्मितीच्या बाबतीत असा हिशोब करताही येत नाही. ह्या-चार मंडळींच्या प्रतिभेबाबत वा ग्रंथसंपदेबाबत शंकाही घेता येणार नाही. पण तरीही निर्मितीचं नातं अनुभवापेक्षाही अनुभूतीशी जास्त जवळचं असतं. 'गीतरामायणा'तलं प्रत्येक गीत वाचताना वाटत राहतं की गदिमा त्या प्रत्येक क्षणाचे साक्षीदार आहेत. रामायण म्हटलं की त्यात काय नाही? पुत्रप्रेम, बंधुप्रेम, पित्याबद्दल प्रेम, एकपत्नीव्रत, कर्तव्यपालन, स्वामीनिष्ठा, मत्सर, द्वेष, सवतीमत्सर, सावत्रभाव, विरह, वियोग, पुत्रशोाक, वैभव, वनवास, परस्त्रीवर नजर, युद्ध, सगळंच आहे. त्याचप्रमाणे गदिमांच्या प्रतिभेलाही कुठलाच विषय वर्ज्य नव्हता.

तरीही त्यांना गीतरामायणकार म्हटलं गेलं. कारण गदिमा 'गीतकार' होते, कवी नव्हते, म्हणे.

नसू देत कवी. त्यानं फार काही बिघडलं असं मला मुळीच वाटत नाही; पण त्याच वेळेला हेही म्हणावं लागतं की गीतरामायण अनुभूतीनं जगणारे गदिमा, लडाख पाहून, अनुभवून आले तरी त्या पार्श्वभूमीवर त्यांना लेखन करावंसं वाटलं नाही. ह्याचा अर्थच हा, की अनुभव घेतला रे घेतलाा की लगेच निर्मितीची प्रक्रिया सुरू होते, हे त्रैराशिक मांडण्यात काही अर्थ नाही.

माझ्याही छोट्या, मर्यादित आयुष्यात, मघाशी सांगितलेल्या घटना घडल्या. कोणत्या क्षणी मला एकदम लिहावसं वाटलं आणि कोणत्या वेदनेपायी हे सांगणं अशक्य आहे. एखाद्याच कवी-वा-लेखकाच्या बाबतीत त्याच्या प्रथम निर्मितीचं कारण आणि क्षण 'मा निषाद' सारख टिपता येतो. मला लिहिता येतं ही वार्ता जेव्हा कॉन्फिडेन्शिअल राहिली नाही तेव्हा जरा काही सनसनाटी घडलं की, 'आता ह्यांच्यावर कथा लिहिणार का', असं म्हणत अनेकांनी छळलेलं आहे. आत ह्याच प्रसंगावर काही लिहू नका असा 'टाहो' तर जातायेता प्रत्येकजण फोडतो. किंवा 'आमच्यावरच

काही लिहू नका' असा आक्रोश करायचा. 'ह्या वाक्याइतकं वेडगळ वाक्य लिहून दाखवा' अशी पैज लावली तर कोणताही लेखक ती पैज जिंकू शकणार नाही. वर्तमानकाळातली एखादी प्रक्षोभक घटना लेखनाला प्रवृत्त करणारच नाही असं मला म्हणायचं नाही. पण वाचकांना वाटतं की लेखन आणि धान्य दळण्याची गिरणी, सारखंच. वर गहू टाकले की खाली पीठ तयार.

लेखन हा प्रकार इतका सोपा नाही.

म्हणूनच, आत्तापर्यंतच्या आयुष्यात हादरवून सोडणाऱ्या अनेक घटना घडूनही, त्या प्रसंगावर लेखन झालं नाही. मन कासावीस जरूर झालं, हेलावून गेलं, पण त्याची कथा झाली नाही.

ह्याचं प्रमुख कारण, समाजाकडे जाणिवेनं बघण्याची एक वृत्ती तयार व्हावी लागते. तशी जाणीव उपजत नसेल तर कमीत कमी तशी शिकवण मिळावी लागते. ह्या दोन्ही गोष्टींचा माझ्या घरात अभाव होता. मान्य करा, अथवा करू नका, पण एक गोष्ट नक्की समजा, कुठंतरी एखादी जातीय दंग्याची लाट उसळली आहे. पाचशे माणसं मारली गेली. किंवा अचानक भूकंप झाला. हजारो माणसं गेली. तुम्हाला नक्की ह्या असल्या बातम्यांचा त्रास होतो. पण हे वाचत असताना, समजा, तुमच्या पापणीच्या आत एक बारीकशी पुटकळी झालेली आहे, तर जगातलं सर्वांत मोठं दुःख म्हणजे पापणीच्या आत होणारी एक पुटकुळी.

अनेक वर्षांपूर्वी मनमोहन नातूंनी एक कविता लिहिली होती. ती मला नेहमी आठवते. ते म्हणतात-

'यमदूतांनो, आज मला बेलाशक
घेऊन जा,
कारण भारत आता स्वतंत्र देश
झाला आहे.
थोडी चायनाची गडबड आहे,
पण ती मिटेल.
घरमालकानं मला आज
नोटीस दिली आहे.'

थोडंफार हे सगळं खूप वैयक्तिक पातळीवरच मोजलं जातं. नौखालीचं हत्याकांड म्हटलं की अंगावर सरसरून काटा येतो. 'माणुसकीची मूल्यं' वगैरे भूमिकेतून कोणताच हिंसाचार विचारवंतांना सहन होत नाही. पण त्यातल्या त्यात दंगलग्रस्त विभागात आपलं जिवाभावाचं कुणी राहात असलं म्हणजे वेगळी उलघाल होतेच की नाही? कलकत्त्याची अंधारकोठडी म्हटलं की तो अत्याचार करणाऱ्यांना आपण

लाखोली वाहतो. पण आपलंच दोनतीन वर्षाचं मूल घरात अडकलं आणि लॅचची किल्ली हातात नसताना दरवाजा बंद झाला तर जी तगमग होते, त्याची बरोबरी कलकत्त्याच्या अंधारकोठडीशी होईल का?

माझं असंच होत राह्यलं.

संयुक्त महाराष्ट्राचा लढा. मुंबई पेटलेली. Shoot at sight चा आदेश सुटलेला. आमचं ऑफिस तेव्हा फाऊंटनला. ते तातडीनं बंद करण्यात आलं.

फ्लोरा फाऊंटनला गोळीबार झाला.

ह्या तंग वातावरणात स्वत:चं घर गाठायची निकड होईल की 'पाहू या, बरं का, खरेखरच एकशेपाच हुतात्मे होतात का' असं म्हणत आपण फूटपाथवर उभे राहू?

पंडित जवाहरलाल नेहरू गेल्याची बातमी आली तेव्हाची गोष्ट. घरात चिमूटभर कणीक शिल्लक नव्हती. आत दुकानं बंद होणार ह्यात शंकाच नाही. कुणाला तरी गिरणीत पिटाळण्यात आलं. पीठ दळून मिळालं. मी जेव्हा घरी परतलो तेव्हा घरात पंडितजींचाच विषय चालला होता. माझी मुलगी तेव्हा खूपच लहान होती. तिनं मला बातमी पुरवली ती अशी.

'पिठाची गिरणी बंद झाल्यावर नेहरू गेले, म्हणून पीठ मिळालं.'

तिच्या वयानुसार हे रिपोर्टिंग बरोबर होतं. सुखदु:ख, आनंद, समाधान ह्या सगळ्या भावना इतक्या वैयक्तिक पातळीवरच्या असतात. ज्यांची ही पातळी पराकोटीची, वरच्या स्तरावरची असते, ज्याला आपण दिव्यत्वाची प्रचीती मानून हात जोडतो अशी बाबा आमट्यांसारखी माणसं विरळा. बाबा आमट्यांसारखी व्यक्ती हा निसर्गाचाच चमत्कार असतो.

तर सामाजिक दु:खांकडे जाणिवेनं पाह्यचं असतं ह्याची दादफिर्याद माझ्या त्या वयाला नव्हती. लेखक व्हायचं असेल तरच ही जाणीव ठेवायची असते असाही दावा मला करायचा नाही. समाजाचा एक घटक म्हणूनदेखील कान-डोळे उघडे हवेत ही शिकवण घरातून मिळावी लागते. घरातला कर्ता पुरुषच तेव्हा व्यवसायाच्या शोधात होता. आर्थिक परिस्थिती फार बिकट झाली तेव्हा पुणं परवडेना. एक रुपयाला उत्तमपैकी आंबेमोहोर तांदूळ, फक्त पाचशेर? कसं परवडणार?

मग वाईसारख्या खेडेगावात वास्तव्य. आई चाळीस रुपयांत संसार चालवायची. वर्गात पोत्यावर बसावं लागायचं. शाळेची फी तीन आणे ते सहा आणे होती. अभ्यास चुकवला तर दोन तालीमबाज मुलं, तिसऱ्या मुलाला धरून ठेवत आणि मास्तर दणादण मारीत. घरी बायकोनं ज्या प्रमाणात डोकं उठवलं असेल त्याच्या प्रपोर्शनमध्ये मार बसायचा. मारहाण केली तर मुलांच्या मज्जांततूंवर परिणाम होतो असं समजण्याचा तो खुळचट काळ नव्हता. म्हणूनच मोठ्या माणसांचे मज्जातंतू

'इन्टॅक्ट' होते.

हल्ली लहान मुलांचे मज्जातंतू ' बालमानसशास्त्र' ह्या गोंडस नावाखाली संभाळता संभाळता तुमच्या आमच्या मज्जातंतूंचं काय झालंय हे सांगण्याची गरज नाही.

ह्या सर्व गदारोळात समाज हा शब्दही कानावरून गेला नव्हता. बालरंगभूमी वगैरे तेव्हा भानगडी नसल्यामुळे बालपण सुखाचं होतं. पुस्तक ही एकच करमणुकीची बाब होती. ना. धों. ताम्हनकरांचा गोट्या आमचा जीव की प्राण होता. गल्लोगल्ली गावस्कर जन्माला यायचे होते. म्हणून बिनखर्चाची लंगडी, कोणत्याही लंगड्या सबबी न साांगता मनसोक्त खेळत होतो. ते नसेल तर चोर-शिपाई हा खेळ होताच. त्या काळातले शिपाई, चोरांच्यात सामील होत नव्हते म्हणून 'चोर' खरोखरच पकडून दिले जात होते. आर. एस्. एस्. ही शिवी झाली नव्हती म्हणूनच संस्कृत भाषा शिकण्यापूर्वी 'नमस्ते सदा वत्सले मातृभूमे' ही प्रार्थना पाठ होती. शाळेत पी. टी. म्हणजे Physical training वगैरे प्रकार होते त्याचप्रमाणे खो खो, हुतुतूसारखे सामनेही होते. पण खो-खो खेळतो म्हणून परीक्षेच्या टोटलमध्ये दोन मार्क वाढवायची प्रथा नव्हती. परीक्षेतले मार्क हे परीक्षा देऊनच मिळवायला लागायचे. हरिजनांना मित्र माना हे सांगायला कुणीही नसल्यामुळे, हरिजन मुलं आमचे खरेखरच मित्र होते. शाळेतला अभ्यास हा प्रांत फक्त शिक्षक आणि विद्यार्थी ह्यांचाच होता. सध्याच्या काळात मराठी पहिलीची परीक्षा असली तरी मुलामुलींच्या आयांना निद्रानाश होतो आणि बापाचा चेहरा बद्धकोष्ठ झाल्यासारखा दिसतो. मॅट्रिकची असेल तर मग विचारूच नका. मॅट्रिकला बसणारा विद्यार्थी ज्या इमारतीत राहतो ती संपूर्ण इमारत काळवंडल्यासारखी दिसते.

त्या काळात Guide वाचायची गरज नसायची. शाळेतल्या शिक्षकांना जो विषय शिकवावा लागत असे तो त्यांना स्वत:लाच व्यवस्थित येत असे. शिक्षकच सर्वार्थानं 'गाईड' असत. नेमून दिलेलं पुस्तक तर त्यांनी शिकवलंच पण आयुष्याचं पुस्तकही कसं वाचावं ह्याचेही धडे दिले. शिक्षकांची नेमणूक त्या काळात त्यांच्या विद्वत्तेनुसार होत असे, आडनव पाहून नव्हे.

ही विधानं मी अत्यंत पोटतिडिकेनं करतोय. ह्या संदर्भात अगदी अलीकडची घडलेली हकीकत सांगतो. शिक्षणाचं माहेरघर म्हणून ओळखलं जाणारं पुणं. नावाचाच प्रचंड दबदबा असलेलं एक कॉलेज. आडनावच पाहून एका महाशयांची मराठीसाठी तिथं योजना झाली. इरावतीबाई कर्वे ह्यांचं 'युगांत' पुस्तक. 'गांधारी' वरचा लेख ह्या महाशयांनी एका तासात संपवला. त्याच विद्यालयातील एका जुन्या आणि ज्येष्ठ प्राध्यापकांनी त्यांना सांगितलं, गांधारी शिकवण्यापूर्वी तुम्ही प्रथम महाभारताची पार्श्वभूमी समजावून देणं जरुरीचं आहे. किमान दोन पीरियड्स तरी तुम्ही महाभारताबद्दल बोला. हल्लीच्या मुलांना महाभारताची तितकीशी माहिती नाही.'

मग ह्या महाशयांनी सांगितलं, 'दशरथाला तीन राण्या होत्या. एक कौसल्या, दुसरी विदुला आणि तिसरी गांधारी.'

वाल्मीकी आणि व्यासांचे कॉकटेल करणाऱ्या ह्या प्राध्यापकाच्या अशा बऱ्याच सिक्सर्स आहेत. रेव्हरंड टिळक आणि लोकमान्य टिळक ह्यांच्यात गल्लत करून ह्याच चिरंजिवांनी वर्गात सांगितलं की 'सरकारनं लोकमान्यांना मंडालेच्या तुरुंगात ठेवलं कारण त्यांनी ख्रिश्चन धर्म स्वीकारला.'

मंडालेची ती तुरुंगातली खोली रिकामी असेल तर किती बरं होईल?

एवढ्यावरच भागतं तर ठीक होतं. पण ह्याच महाशयांकडे मराठीच्या परीक्षेचे दोनशे पेपर्स तपासायला दिलेले. तर सद्गुरूंनी दोनशेच्या दोनशे पेपर्समधला एकच प्रश्न तपासलेला नाही. बाकी सगळे प्रश्न तपासलेले. चौकशी केल्यावर समजलं की प्रत्येक पेपरमधला जो एकच प्रश्न तपासायचा राह्यलाय तो प्रश्न होता व्याकरणावरचा. समास म्हणजे काय? त्याचे प्रकार किती हेच ह्या प्राध्यपकांना माहीत नाही. मग आणखी एका ज्येष्ठ प्राध्यापकांनी त्यांना समास लिहून घ्यायला सांगितले. त्यात 'बहुव्रीहि समास' मधे बहुव्रिही शब्द कुठं लिहिता येतोय?

ही स्वरचित हकीगत नाही हीच दु:खाची बाब आहे. ह्या योजना, नेमणुका जाणून-बुजून होताहेत. माझं स्वत:चं कोणत्याही जातीशी वैर नाही. माझं वैर अज्ञानाशी आहे. पण सत्तारूढ पक्षाची निशाणी हाताचा पंजा असली की समाजाची वाटचाल हलके हलके 'अंगठ्या' कडेच नाही का होणार?

अगदी ह्याच संदर्भात मला व्यंगचित्रकार वसंत सरवटे ह्यांची एक व्यंगचित्रमाला आठवते. फक्त अंगठ्याच्या ठशांचा वापर करून त्यांनी काही व्यंगचित्रं काढली होती. म्हणजे कसं? तर अंगठ्याचा ठसा उमटवून त्यालाच पाय आणि मिश्या काढल्या की झुरळ झालं, अशी पद्धत. त्या मालिकेतील शेवटचं चित्र इतकं बोलकं होतं की मराठीच काय पण सगळ्या भारतीय भाषेतल्या विचारवंतांना लेख लिहायला लावले तरी त्या चित्राशी बरोबरी होणार नाही. त्या मालिकेत शेवटचं चित्र होतं, शंभर रुपयाच्या नोटेचं आणि गव्हर्नर ऑफ इंडिया जिथं छापतात त्याच्यापुढे अंगठा छापलेला होता.

पुण्याच्या महाविद्यालयातील प्राध्यापकांच्या मघाशी मी सांगितलेल्या ह्या सत्यकथेपासून माझं बालपण आणि शालेय शिक्षण हजारो मैलांवर होतं. प्रत्येक विषयासाठी स्वतंत्र शिक्षक ह्याचीही आवश्यकता नव्हती. दोन दोन, तीन तीन विषय एकाच शिक्षकाला चोख येत. क्वचित एखादा अवघड प्रश्न घरातल्या वडिलधाऱ्या व्यक्तीला विचारला तर शिक्षकांच्या उत्तरात आणि घरच्या उत्तरात फार तफावत नसायची. म्हणूनच, 'शाळेतल्या तुझ्या मास्तरला अक्कल नाही' ह्या प्रकारचे अनुदान उद्गार वडिलधाऱ्यांनी कधी काढले नाहीत. हे सगळे संस्कार न ठरवता आपोआप घडत होते. आपले

स्वत:चे वडील, आजोबांना म्हणजे त्यांच्या वडिलांना मानतात म्हटल्यावर, नव्हे, ते प्रत्यक्ष पाह्यल्यावर मुलगा आपोआप वडिलांसमोर झुकत होता. ह्याचा अर्थ कोणत्याही दोन व्यक्तींमध्ये मतभेदच नव्हते, असं मुळीच नाही. पण मतभेद व्यक्त करतानाही, वडिलकीची भावना मनात घर करून असायची.

'मी माझे आईवडील आणि गुरू ह्यांच्या आज्ञेत राहीन' हे प्रत्येक क्रमिक पुस्तकाच्या पहिल्या पानावर छापण्याइतका अध:पात नक्कीच झालेला नव्हता. ज्या ज्या गोष्टींसाठी हल्ली घोषणा कराव्या लागतात अथवा शपथा घ्याव्या लागतात. त्यांपैकी अनेक गोष्टींचा आयुष्यात सहजधर्म म्हणूनच प्रवेश होत होता. तशा अर्थानं आयुष्य सोपं होतं. साधं होतं. दिनचर्या आखलेली असायची. प्रलोभनं काहीच नव्हती. नाटक-सिनेमांचा गंध नव्हता. नट-नट्या नावाची एक जमात असते ह्याचं ज्ञान नव्हतं. सकाळी अभ्यास, दुपारभर शाळा, संध्याकाळी अंगणात खेळ किंवा अधूनमधून संघात जाणं. सुट्टीच्या दिवशी कधीकधी मित्राच्या घरी अभ्यासाला जाणं. पण त्या काळातली एक कटू आठवण अजून मागं रेंगाळत आहे. केळकर नावाचा माझा एक मित्र होता. जवळ राहायचा. त्याला दोन मोठे भाऊ होते. त्यांची अभ्यासात मदत व्हायची. पण एका रविवारी केळकरचा भाऊ म्हणाला,

'तू तुझी शाईची बाटली येताना आणत जा.'

त्या वयाला हा अपमान आहे असं वाटलं नाही. पण आज, सुमारे चाळीस पुस्तकं आणि अन्य लेखनासाठी मी पंधरा हजारावर कागद खरडले. पण हे वाक्य, चाळीस वर्षांनंतरही पुसलं गेलेलं नाही.

वाट्याला आलेलं वर्तुळ इतकं छोटं होतं. वडिलांना सुपारीचं व्यसन नाही. राजकारणाची ओढ नाही. 'बाते कम, काम ज्यादा' हा मंत्र त्यांनी जन्माला येतानाच आणलेला. हाताच्या पंजाचा उपयोग दाखवण्यासाठी त्यांनी केला नाही. सातत्यानं कार्यरत असलेल्या माणसांना मित्र कमी असतात. कारण कामात दंग असलेला माणूस मित्रांची करमणूक करू शकत नाही. त्याचं जगणं, त्याची निर्मिती 'स्वान्त: सुखाय' असते. आणि व्यापाचा व्यापार करायचा मंत्र सापडला तरच त्या कलेचं वा निर्मितीचं सोनं होतं. निर्मितीच्या मंत्राबरोबरच जाहिरातीचं तंत्र साधावं लागतं. पण साधना करणाऱ्या कलावंताला साधनेपलीकडे अन्य काहीच साधत नाही. म्हणून घरी मित्रांचे अड्डे नाहीत. 'नेहरूंचं काय चुकलं' असल्या चर्चा नाहीत. चरख्याशी कधी सूत जमलं नाही त्याचप्रमाणे पंचम जॉर्जलाही कधी कर्ता करविता मानलेलं नाही. शाळेत मी कधी चमकलो नाही पण माझ्यामुळे आईवडिलांना कधी चमकाही भरल्या नाहीत. मित्रांचा परिवार माझ्या अवतीभवतीही नव्हता. स्वत:चा जीव स्वत:तच रमवायचा असतो हे परिस्थिती बेतासबात असली की तीच तुमचा गुरू होते, आणि हे शिकवते. त्यामुळे समाज, देश, क्रांती, स्वातंत्र्यलढा वगैरे शब्दांची आयुष्यात खूप

उशिरा भेट झाली. म्हणूनच, की काय, लहानपणापासून 'माणूस' ह्या द्विपाद प्राण्याकडे जास्त लक्ष होतं. त्यातही जो खूप गंमती करायचा, घरातल्यांना हसवायचा, ज्याच्या आगमनाची कुटुंबातली माणसं प्रतीक्षा करीत असत त्या व्यक्तीचं आपोआप निरीक्षण केलं जायचं. ती मंडळी कोण होती त्यांची नावं सांगून काहीच उपयोग नाही, म्हणून सांगत नाही.

त्या दृष्टिकोनातून प्रत्येक माणूस फार फार एकटा असतो. त्याच्या स्मृती आणि त्यानं जतन केलेल्या आठवणी त्याच्या श्वासोच्छ्वासाइतक्या त्याच्या एकट्याच्या असतात. जशा आठवणी त्याच्या एकट्याच्या, तशाच त्यांच्या चिंताही आणि चिताही. जशा काही काही व्यक्ती कोणत्या ना कोणत्या निमित्तानं परिचयाच्या होतात तसेच काही काही शब्दही.

आमच्या घरासमोर वडिलांच्या एका मित्राचं घर होतं. दोन्ही घरं एकाच वेळी एकाच कंत्राटदारानं बांधली होती. घरं संपूर्ण बांधून झाल्यावरही कंत्राटदाराशी मैत्री टिकावी इतका तो सज्जन होता. पण दोन्ही वास्तुदेवतेत फार तफावत होती. वडिलांनी बांधलेल्या श्रमसाफल्य बंगल्यात सातत्यानं कुणाची ना कुणाची मंगलकार्ये होत गेली, तर समोरच्या वास्तूची भाऊबंदकीपायी शकलं उडाली. बंगला विकावा लागला. त्या संपूर्ण कुटुंबातल्या ज्या व्यक्तींशी आमचे जास्त जिव्हाळ्याचे संबंध होते त्यांच्याकडे आमचं जाणं-येणं राह्यलं. आमच्या घरापासून मैल-दीड मैलावर त्यांनी एक छोटा प्लॉट घेतला. तो प्लॉट पाहायला आम्ही सगळे निघालो. मी त्या कुटुंबात सामील झालो. माझे आई-वडील मागून येत होते. माझं वय तेव्हा जेमतेम सात वर्षाचं. ध्यानीमनी नसताना त्या कुटुंबातली स्वामिनी मला म्हणाली,

'वसंत, हे नवं घर तरी आम्हाला लाभू दे. आमचा हेवा करू नकोस.'

घरी आल्यावर मी आईला 'हेवा' शब्दाचा अर्थ विचारला. आई चमकलीच. हा शब्द मी कुठे ऐकला हे तिनं मला विचारलं. मी ते सांगितलं. आईच्या डोळ्यांत पाणी आलं. आपल्याला काहीही कळत नसतं त्या काळातल्या घटनाही मनावर भरभक्कम ठसा उमटवून जातात. मे महिन्याचा काळ. कोणत्या वर्षीचा 'मे' महिना, आठवत नाही. अशाच एका नातेवाईकाकडे चार दिवस राहायला गेलो. कशी कुणास ठाऊक, अपरात्री जाग आली. पाह्यलं तर काका आणि काकू ह्यांच्यात काहीतरी जबर मतभेद झालेला. काही ना काही बोलाचाली मला जाग येण्यापूर्वी झाली असावी. मी जागा झालो तेव्हा एकच दृश्य दिसलं. काका फाडफाड स्वत:च्याच तोंडात मारून घेत होते. कमीत कमी सातआठ वेळा त्यांनी स्वत:ला मारून घेतलं, पण काकूंनी त्यांना थांबवलं नाही. घरातल्या कर्त्या पुरुषावर असा कोणता प्रसंग ओढवला असेल, हे आजही जाणता येणार नाही.

समोर राहणाऱ्या कुटुंबाला बंगला विकावा लागला; हे मघाशीच सांगितलं. ज्यांनी

तो बंगला विकत घेतला त्यांचा एकुलता एक मुलगा तडकाफडली वारला. तो माझ्याच वर्गात होता. डोळ्यादेखत एक कुटुंब उद्ध्वस्त झालं.
आमच्याच पलीकडच्या बंगल्यात एक विधवा राहात होती. तिची मुलगी तेव्हा माझ्याच वयाची होती. ऐन तारुण्यात संसार उघड्यावर पडलेला. कालांतरानं एका तरुण वकिलाशी तिचा परिचय झाला. तो तिच्याकडे वेळीअवेळी येऊ लागला. ज्यांचे संसार सर्वार्थानं तृप्त होते त्यांनीच नीति-अनीतीच्याा चौकटी ठरवल्या होत्या. मग त्या दोघांच्या चोरट्या भेटी हा दुपारचा चघळायचा विषय झाला.

ही त्या काळातली चित्र. त्यशिवाय माझ्या बहिणीला सासरी जाण्याची इच्छा नसताना जावं लागलं ह्यासारख्या घरातल्या कहाण्या होत्याच. नवरा बेदम छळायचा म्हणून माझी बहिण माहेरी आली. चाळीस वर्षांपूर्वीच्या त्या काळातही आमच्या मेव्हण्याची गाडी होती. नवरा न्यायला आला तेव्हा माझी बहिण बाथरूममध्ये लपून राह्यली, पण तशी ती किती काळ राहणार? आमच्या सर्वांच्या देखत तिच्या नवऱ्यानं तिला जबरदस्तीनं नेलं. आम्ही कुणीही काहीही करू शकलो नाही.
ह्या प्रकारचे प्रसंग म्हणजेच आयुष्य का? अनुभव, अनुभव म्हणतात ते असेच असतात का? समोरच्या बंगल्यातली परिचयाची माणसं बंगला विकतात म्हटल्यावर खरं तर आपल्याच घराच्या भिंती हादरल्यासारख्या झाल्या होत्या. मग आपल्याला 'हेवा' ह्या शब्दाची माहिती व त्याचा शब्दार्थ ह्या व्यक्तीकडूनच समजायला हवा होता का? अकारण संसार उधळला गेल्यावर एकाकी पडलेल्या स्त्रीनं एक सावली जर शोधली तर आजूबाजूच्या माणसांनी तोंडाला रुमाल लावायला हवेच होते का? पोटच्या मुलीचं रक्षण आईबापालाही करण्याचा अधिकार पोहोचू नये, ह्याला लग्नसंस्था म्हणतात का? पहिल्या दिवसापासूनच नव्हे तर गर्भावस्थेपासून ज्या जिवासाठी आईवडिलांनी जिवाचं रान करून, तळहातावरच्या फोडासारखं जिचं संगोपन केलं ते कोण्या एका जावई म्हणवणाऱ्या माणसानं तिला मारहाण करण्यासाठीच का? हे जेव्हा प्रत्यक्ष अवतीभवती घडत होतं तेव्हा त्यातल्या वेदना त्या वयाला समजल्या नाहीत. आपल्याच वयाचा एक मुलगा, आपल्या बहिणीचा दीर ह्या नात्याच्या अधिकारावर, आपल्या बहिणीला मारतो हे समजलं. मी मग दोन चाकी सायकल त्या दिराच्या तंगड्यात घालून त्याला किमान दोनशे वेळा रस्त्यात आडवा केला. प्रत्यक्षात नव्हे तर मनोराज्यात, स्वप्नात.
मध्यमवर्गाच्या मर्यादा केवळ साहित्यालाच पडल्या असं नव्हे तर जगण्यालाच पडल्या होत्या.

अशाच एका नातेवाईकाकडे चार दिवस राहायला गेलो पण दोन दिवसांतच पळून

आलो. त्या घरातले नवराबायको, बेबनाव झाला की तीन तीन महिने एकमेकांशी बोलत नसत. तो प्रयत्न करायचा पण बायकोचा संप संपायचा नाही. कामावरून दमून आलेला नवरा तास न् तास घराच्या मागच्या पायऱ्यांवर बसून शून्य नजरेनं, झाडांची पानं मोजत बसायचा. माझ्याच वयाचा त्यांचा मुलगा दोघांच्या नजरकैदेत वावरायचा. आईचे निरोप वडिलांना आणि वडिलांचे आईला पोचवता पोचवता, 'शिंगरू मेलं हेलपाट्यानं' म्हणजे काय त्याचा अर्थ समजला.

समोरच्या बंगल्यात राहणारा माझा मित्र अकाली वारला. पण हा मित्र, जिवंत असून नसल्यासारखा होता. ह्याच मित्रानं एकदा वर्गात मार खाल्ला. एका मास्तराचा निरोप दुसऱ्या वर्गावर पोहोचवला नाही हे कारण. तो म्हणाला, 'मी विसरलो.'

खरं कारण मलाच माहीत होतं.

त्या काळात जी माणसं दिसली ती अशी. संसार बघितले ते असे. ह्याचा अर्थ बालपण रम्य नव्हतं असं मुळीच नाही. मग ह्याच आठवणी वर का येतात? त्याचं कारण आयुष्य हे जलाशयासारखं मानलं तर आनंदाचे क्षण हे पृष्ठभागावरच्या तरंगासारखे असतात. दुःखाचे क्षण गाळासारखे तळाशी हयात असतात. आठवणींनी जेव्हा जलाशय ढवळला जातो तेव्हा हा तळाचा गाळ वर येतो. तसं झालं की पृष्ठभगावरचे तरंग आपोआप नाहीसे होतात. माणूस प्रथम प्रक्षोभाच्या हकीकती सांगतो, कारण तरंगांपेक्षा गाळ जास्त वजनदार असतो; आणि तरीही तो गाळ वर येऊ शकतो आणि तरंगांना खाली लोटू शकतो.

पृष्ठभागावर अधूनमधून येणाऱ्या ह्या गाळानं मला सांगितलं की आयुष्य उद्ध्वस्त होण्यासाठी ॲटम बॉम्बच लागतो असं नाही. ॲटम बॉम्बपेक्षाही जास्त विध्वंस करण्यासाठीची शक्ती अहंकारात असते. अज्ञानात असते. स्पर्धेत असते. सत्तेत असते. एखाद्या खुर्चीत असते. पैशाला सर्वस्व मानणाऱ्या माणसात असते. हा शोध लागल्यावर मला माझा मित्र आठवला. आईचे निरोप वडिलांना आणि वडिलांचे निरोप आईला पोचवण्याची धडपड करीत बालपण गमावलेला मित्र.

गांधारीच्यापेक्षाही आंधळा असलेला प्राध्यापक समोर आला. राजकारण आणि जात ही दोन नाणी वापरून ज्यानं प्राध्यापकाची खुर्ची अडवली आहे तो ह्या क्षणी मला हिटलरपेक्षा जास्त भयानक वाटतोय. तो एक पिढी बरबाद करतोय.

स्वतःच्या तोंडात मारून घेणारे काका अजून माझ्या डोळ्यांसमोर अधूनमधून येतात आणि अहंकारानं आडमुठी झालेली, काकांना मधे न थांबवणारी काकूही माझी झोप उडवते. आपण लेखक होणार आहोत ह्याची चाहूलही त्या वयाला नव्हती. पण तरीही त्या वयानं ज्या प्रसंगांची नोंद केली ते प्रसंग पुसले गेले नाहीत. पुस्तकाची पानं जीर्ण होतात. घडी पडेल तिथं पानाचा तुकडा पडतो. पण त्यावर छापला गेलेला शब्द गळून पडत नाही, तसं ह्या प्रसंगांचं झालेलं आहे. ह्याच प्रसंगांनी मला समाजापेक्षाही

वैयक्तिक माणसाकडे जास्त बारकाईनं पाहायला शिकवलं. म्हणूनच लेखक झाल्यावरही माझं लक्ष सातत्यानं माणसांकडे राह्यलं.
एकोणीसशे साठ साली प्रकाशित झालेल्या पहिल्या संग्रहाचं नाव मी आपोआपच 'लोंबकळणारी माणसं' ठेवलं. गेल्या पंचवीस वर्षांत माझी अडतीस पुस्तकं प्रकाशित झाली. 'लोंबकळणाऱ्या माणसांपासून' 'घर हरवलेल्या माणसां'पर्यंत साहित्याचा प्रवास झाला, पण अजून मलाही जमीन सापडलेली नाही आणि माझ्या साहित्यविश्वातल्या माणसांनाही सापडेलेली नाही.

माझ्या साहित्याला कथा म्हणायचं की नाही ते ठरवा किंवा ठरवू नका. मला लेखकही ठरवलं नाही तरी काही म्हणणं नाही. स्वत:चे अनुभव सांगण्यासाठी मी एके दिवशी प्रारंभ केला. त्या काळात वडिलांनी य. गो. जोशींचं सात्त्विक, सुटसुटीत, पण अस्वस्थ करणारं लेखन समोर ठेवलं. 'यगो थोडक्या शब्दात किती सांगतात बघ' असं वडिलांनी सांगितलं. माझ्या त्या काळातल्या छोट्या छोट्या व्यथांना, संघर्षांना लघुकथेचं माध्यम जवळचं वाटलं. चिं. वि. जोशींचा विनोद भावला. वि. वि. बोकिलांची साधी घरेलू भाषाही भुरळ पाडून गेली. मनातलं वादळ शमवण्यासाठी शब्दांची मदत होऊ शकते ह्याचा शोध अवर्णनीय होता. कथेचं माध्यम स्वीकारलं कधी हेही समजलं नाही. पण ते आत्मनिवेदनाला जवळचं वाटलं. प्रत्यक्षात वावरणाऱ्या भोवतालच्या माणसांनी जेव्हा मला हवी असलेली, माझ्या माणुसकीच्या व्याख्येला साजेशी उत्तरं दिली नाहीत, तेव्हा मी ती मानसपुत्रांकडून आणि मानसकन्यांकडून मिळवू लागलो. म्हणूनच की काय, माझ्या साहित्यातही माझी उपस्थिती मला डावलता आली नाही. कोर्टातला मॅजिस्ट्रेट जसा अधूनमधून डोकावत राहतो तसा माझा वावर कथेतून होत राह्यला.
त्या दृष्टिकोनातून माझ्या साहित्यात मी इतका उतरलोय की त्यापलीकडे मी आता उरलेलोच नाही. माझं वैयक्तिक आयुष्य माझ्या साहित्यापासून लांब नाही म्हणूनच मला 'वाङ्मयीन अलिप्तता' साधलेली नाही हे मला जाणवतं, पण त्याच वेळेला माझ्यातल्या लेखकाच्या आणि माणसाच्या संवेदना एकच आहेत ह्याचा मला अभिमान वाटतो. म्हणूनच गांधीजींची हत्या झाल्यावर, ज्यांचा त्या हत्येशी सुतराम संबंध नव्हता अशांच्या घरांची जी राखरांगोळी झाली त्या माणसांना न बघताही त्यांचे भकास चेहरे मला दिसत राहिले. गोवा आंदोलनात ज्यांनी प्राण गमावले त्यांनी केलेला त्याग कमी मोलाचा नाही. त्यांच्या अमरत्वाच्या घोषणा काही काळ झाल्या. पण मी आक्रोश ऐकला तो कुणाचा? तर पोरक्या झालेल्या तीन मुलांच्या आईचा. तिच्या सांत्वनासाठी मी गेलो तेव्हा ती शांत होती; तशीच 'अमर रहे' च्या घोषणा ऐकून कासावीसही झाली होती. ती मला म्हणाली,

'हे गेले. अमर ठरले. पण त्याग त्यांनी केलेला नाही. आम्ही केलाय. ही तीन कच्चीबच्ची बछडी आता मला एकटीला वाढवायची आहेत. देश आमच्यासाठी काय करील? पाचसहा लाख रुपये खर्च करून क्रांतिवीरांचं स्मारक बांधील. माझ्या नवऱ्याच्या नावाची त्यात एक वीट असेल. पुढे काय? आमची ही मुलं हीच त्यांची चालती-बोलती स्मारकं आहेत. त्यांचं संगोपन कुणी करायचं? चार घरी पोळ्या लाटत मी ह्यांना शिकवायचं. ह्यांच्या शिक्षणावर हजारो रुपये खर्च करताना, ते मिळवताना अपमान सोसायचे. कणाकणानं मरायचं. 'अमर रहे'च्या घोषणांचे पडसाद चितेच्या धुराअगोदरच वाऱ्यावर विरून जातात. स्मारकाचं उद्‌घाटन करून राज्यकर्ते घरोघरी जातात. एक स्मारक उभं राहतं, त्यासाठी अनेक घरांच्या भिंती कोसळतात. खरा त्याग माझ्या नवऱ्यानं केलेला नाही, मी आणि माझ्या तीन मुलांनी केलाय.'
हे शब्द एका पत्नीचे आहेत. एका बाईचे आहेत, एका आईचे आहेत.
प्रख्यात सर्जन, डॉ. श्रीखंडे ह्यांचे शब्द मग कानात घुमत राहतात,
Society is a concept, every individual is a reality.
मग ही स्त्री, अमेरिकेतली आहे, की रशियातली की भारतामधली हा प्रश्न मनाला शिवत नाही. पृथ्वीचे खंड राजकारण खेळणाऱ्या माणसांसाठी पडतात. कलावंत फक्त एकच खंड मानतो, त्याचं नाव 'त्रिखंड.'
मराठी, गुजराथी, शीख, मुसलमान ह्या सगळ्या जाती वेगवेगळे खंड पाडण्यासाठीच निर्माण होतात. त्रिखंडापेक्षा ही पाखंडी माणसं मोठी ठरतात. वेगवेगळे पक्ष निर्माण होतात. माणसांचे प्रश्न सोडवता सोडवता माणसांचंच आयुष्य बिकट करतात. आंदोलनं होतात. आंदोलनांची ही निकड कोण निर्माण करतं, हा प्रश्न अंतर्मुख होऊन सत्ताधीशांनी स्वतःला विचारावा. मी ह्याचं उत्तर द्यायला असमर्थ आहे. मोठमोठाली दुकानं फोडली जातात, माल लुटला जातो. व्यापारीवर्गाची मला कधीच काळजी वाटलेली नाही. अनेक वर्षं हा वर्ग समाजाला लुटतो आहे केव्हातरी ते लुटले जातात. त्यांच्या दुकानांचे विमे उतरवलेले असतात. सहा महिन्याच्या आत, नव्या फर्निचर आणि रोषणाईसहित त्यांचा लुटण्याचा धंदा पुनः सुरू होतो. मला आजही आठवत राहतो तो एक दूधवाला भय्या. चार गुंड, क्रांतीच्या सोज्ज्वळ नावाखाली 'मुबई बंद' च्या आकर्षक घोषणेखाली त्याचं हंडाभर दूध रस्त्यावर ओतून टाकतात. त्या गुंडांनी ते दूध पिऊन संपवलं असतं तरी मला चाललं असतं. पण तसं झालं नाही. त्या भय्याच्या डोळ्यातलं पाणी आणि रस्त्यावर वाहणारे दुधाचे ओघळ मला सारख्याच मोलाचे वाटले. दूध ओतून देण्याची ही क्रूर चैन ह्या देशाला परवडते का?
अर्थात् हा प्रश्न विचारायचा कुणाला?
आंब्यासारखं वर्षातून एकदाच पिकणारं फळ. स्वतःची पोळी लवकर पिकावी म्हणून

हे महागडं फळ, कार्बाईड ऑक्साईडचे खडे वापरून, जबरदस्तीनं पिकवणारे, नव्हे नासवणारे व्यापारी ह्याच देशात आहेत. ग्रेड वन्चे चिक्कू खाण्याचा अधिकार फक्त दिल्लीला आहे. दिल्लीतला चिक्कूंचा भाव उतरला की ट्रक्सच्या ट्रक्स भरून चिक्कू डहाणूला समुद्रात फेकून दिले जातात, पण स्वस्त दरात ते गरिबांच्या तोंडी पडून दिले जात नाहीत असं ऐकतो. मुंबईच्या सेनापती बापट मार्गावर, दादरला कोथिंबिरीच्या जुड्या चिखल होऊन पायदळी तुडवल्या जातात, पण तुम्हालाआम्हाला चार काड्या जास्त मिळत नाहीत.

पानशेतचं धरण का फुटलं, ह्याची खरी कारणं आली का बाहेर? त्याची न्यायालयीन चौकशी करण्याचं काम ज्या हायकोर्ट जज्जांवर सोपवलं होतं त्यांनी आत्महत्या का केली, हे उजेडात आलं का?

ह्याउलट, एका इंजिनियरकडून अशाच एका गप्पांच्या मैफलीत एक किस्सा समजलेला मला आता आठवतोय. एका रेल्वे पुलाचं बांधकाम ब्रिटिश राजवटीत झालेलं होतं. सुमारे दोन वर्षांपूर्वी त्या ब्रिटिश कंपनीनं, आपल्या सरकारला कळवलं की संबंधित पुलाचं बांधकाम करून शंभर वर्षं लोटली आहेत. त्याचं आयुष्य संपलेलं आहे. त्याची डागडुजी करावी, अथवा नवा पूल उभारावा.' आमच्या त्या मित्रानं मला फक्त तो पूल कुठे आहे तेवढंच सांगितलं नाही. त्यामुळे बडोद्याला येताना मी प्रवासभर जागा.

पूल मोजतोय. गाडी पूल पार करून गेली की 'सुटलो' म्हणतोय. ही हकीकत खरी असेल तर माझी सरकारला विनंती आहे. डागडुजीच्या भानगडीत पडू नका. कारण 'रिपेअर बोर्डानं' रिपेअर केलेला इमारतीचा भागच प्रथम कोसळतो असा आमचा अनुभव आहे. नवा पूल तर मुळीच नको. कारण तोच अगोदर पडेल.

साहेबानं खरोखरच हे कळवलं असेल, ह्याबद्दल माझ्या मनात संदेह नाही.

माणुसकी, शब्द, राष्ट्रीय धर्म वगैरे मूल्यांबाबत, निवडणुकीपुरत्या घोषणा न करता, ती मूल्यं प्रत्यक्षात उतरवली जातात ती साहेबाच्याच देशात.

कारण, साहेबाचा राज्यकारभार विश्वासावर चालतो. आपल्याकडचा संशयावर. म्हणूनच स्वातंत्र्य मिळून अडीच तपांच्यावर काळ लोटूनसुद्धा देश अद्यापि संक्रमणावस्थेतून जात आहे.

जीवनातला एकही प्रांत असा राह्यलेला नाही की जिथं विसंगती नाही. ढोंग नाही. साध्या साध्या दैनंदिन जीवनात आपला आपल्यावरचा विश्वास उडावा अशी चित्रं सर्वत्र दिसतात.

मुंबईला पादचाऱ्यांसाठी, रस्ता क्रॉस करण्यासाठी भुयारी मार्ग खणलेले आहेत.

नागरिकांनी त्या भुयारी मार्गाचा वापर करावा म्हणून काही दिवसांनी बाहेर मजकूर रंगवण्यात आला.

'आता भुयारी मार्गात शरीररक्षक नेमलेले आहेत. पादचाऱ्यांनी भुयारी मार्गाचा उपयोग करावा.'

शरीररक्षकांवर, पंतप्रधानांची दु:खद हत्या घडूनही आपण विश्वास ठेवावा ही राज्यकर्त्यांची खुळचट अपेक्षा आहे. ह्या एका वाक्यातच देशाची नीतीमत्ता कोणत्या स्तरावर येऊन थांबली आहे ते समजलं.

ही पाटी पाहून मी कमालीचा अस्वस्थ झालो. ह्याच पार्श्वभूमीवर मग मला डी.एस. हायस्कूलचे दादा कुलकर्णी आठवतात. सेवानिवृत्त होऊन त्यांना खूप दिवस झालेत. पण त्यांची काम करण्याची उमेद दांडगी आहे. त्या शाळेचे मुख्याध्यापक असताना त्यांनी मला सांगितलं,

'मुतारीत, म्हणजेच टॉयलेट रूमच्या भिंतीवरचा मजकूर आणि चित्रकला तुम्हाला माणसाचं सगळं दर्शन घडवते. पण तुम्ही ह्या क्षणी ह्या शाळेचा कोणताही टॉयलेट बघा, भिंतीवर चित्र वगैरे विसराच, एक इंच लांबीची रेघ जरी दिसली तरी मी इंचागणिक पन्नास रुपये द्यायला तयार आहे.'

गोंधळलेले मन पुन: शांत होते.

हे मन असंच वारंवार सावरलं गेलं आहे.

लता मंगेशकरांसारखी आंतरराष्ट्रीय कीर्तीची गायिका. त्यांच्या सन्मानार्थ त्यांना चांदीची ध्वनिमुद्रिका दिली जाते. ती कस्टम अधिकारी जप्त करतात. अशी एके दिवशी बातमी समजते. आणि त्याच वेळेला फ्लोरा फाऊंटनला हजारो फेरीवाले परदेशी माल राजरोस विकताना दिसतात.

ह्याची संगती कशी लावायची?

पण, त्याच वेळेला आणखी एक हकीकत आठवते.

गीतेच्या पंधराव्या अध्यायाचं जेव्हा प्रथमच रेकॉर्डिंग झालं तेव्हा, नॉन-महाराष्ट्रीयन कलावादकांनी मांसाहार केला नाही.

बालमोहनच्या दादासाहेब रेग्यांनी परदेशी जाणाऱ्या त्यांच्या एका विद्यार्थ्याला सांगितलं, 'तू तिकडच्या नागरिकांना काय सांगशील? त्यांना सांग, आमचा देश कृतज्ञता मानणारा देश आहे. आम्ही नागाची पूजा करतो. तो आमच्या शेतीचं रक्षण करतो. सावली देणाऱ्या झाडासमोर आम्ही नतमस्तक होतो. पोळ्याचा सण आला की आाम्ही बैलांचीही पूजा करतो. तू तिकडे गेल्यावर मद्यपान वगैरे करू नकोस असं मी काही अवास्तव सांगणार नाही. संस्कृतीच्या माझ्या व्याख्या वेगळ्या आहेत. सांगायला सोप्या आहेत. समज, तू आठ दिवस उपाशी आहेस. आता पानावर

बसलास आणि तोच तुझ्यासमोर आणखी एक उपाशी माणूस आला. असं असून, तू एकटाच जेवत राह्यलास तर ती झाली विकृती, निम्मं त्याला दिलंस तर ती झाली प्रकृती आणि सगळंच ताट त्याला दिलंस तर ती झाली संस्कृती.'

आणि त्याच बालमोहन शाळेला, गावस्करच्या मुलाच्या मुंजीनिमित्त सुट्टी दिल्याचं समजतं. पुण्याला मी ज्या महाराष्ट्र एज्युकेशन सोसायटीच्या भावे स्कूलमधे शिकलो त्या शाळेची तर वेगळीच हकीकत आहे. गरवारे ह्यांनी त्या शाळेला देणगी दिली आणि भावेस्कूलचं गरवारे स्कूल झालं. भावे अण्णांची पुण्याई संपली कारण संस्थेचा पैसा संपला. नावासकट संस्था विकली जाते, हे अजब आहे. उद्या सज्जनगडचा जीर्णोद्धार करण्यासाठी किंवा डागडुजी करण्यासाठी समजा, गोदरेज कंपनीनं मदत केली तर त्याला गोदरेजगड म्हणायचं का?

कोयना भूकंप होतो. पण मुंबईकरांनी ट्रक्सच्या ट्रक्स भरून दिलेले कपडे पण गरजू लोकांपर्यंत पोहोचत नाहीत, ही सगळी चित्रं पाह्यल्यावर काय वाटतं?

महानगरपालिकेच्या सत्तावीस वर्षांच्या नोकरीनं तर सातत्यानं ह्याच प्रकारचा अन्याय बघायची, पचवायची शक्ती दिली. सबंध भारत देशाचं 'मिनिएचर' मध्ये प्रातिनिधिक चित्र पाह्यलं ते नगरपालिकेतच.

एका कमिशनरने सुरू केलेल्या योजना पूर्ण करायची जबाबदारी नंतरच्या कमिशनरवर मुळीच नाही, नसते. हे चित्र सातत्याने पाह्यलं. बारगळलेल्या योजनांपायी लाखो रुपयांचा सत्यानाश किती लीलया केला जातो हेही पाह्यलं. हे असं का व्हावं? तर ह्या योजना जितक्या, नागरिकांना सुविधा प्राप्त करून देण्यासाठी आखल्या जातात त्याच्या कितीतरी पटीनं जास्त प्रमाणात स्वत:ची प्रतिष्ठा राबविण्यासाठीच करण्यात येतात. इमारतीसाठी अंदाजपत्रकात तरतूद करण्यापूर्वी, पायाचे दगड बसवण्याची घाई. त्यासाठी समारंभ, फोटो, प्रसिद्धी. कालांतरानं इमारत होतच नाही. पण प्लॉटवरचा 'पायाचा संगमरवरी दगडही' चोरीला जातो.

नगरसेवकांनी ह्या उचापती करायलाच हव्यात. तेच त्यांचं शस्त्र आहे आणि भाकरीही. भाकरी शब्द चुकीचा. 'पुराणपोळी' म्हणायला हवं. त्यासाठी कोणत्याही पातळीपर्यंत जाण्याची तयारी. महापौरांवर हात उगारणारी, मारामारी करणारी नगरसेवक मंडळी जशी पाह्यली त्याप्रमाणे, महापौरपदी निवड झाल्यावर, स्टेशनवॅगनच्या टपावर उडी मारून, सचिवालयापर्यंत मिरवत जाणारे नगरसेवकही पाह्यले. डिग्निटी नावाचा प्रकारच नाही. स्वत:ला नाही आणि खुर्चीलाही. शंभर वर्षांची परंपरा असलेल्या नगरपालिकेची ही हालत. मग छोट्या नगरपालिका, जिल्हापरिषदा इथं काय आनंद असेल?

नोकरी करणाऱ्या माणसांचे प्रकार तर विचारूच नका. दिवसभर युनियनचं काम

करणारी माणसं भेटली. त्याचप्रमाणे स्वत:ची गाडी पुण्याला ठेवून ऑफिसकडून वाहन भत्ता घेणारा ऑफिसर माझाच 'बॉस' होता.
सगळीकडेच ही परिस्थिती.
एक काळ तर महाराष्ट्राच्या नशिबी असा होता की, अंतुले आणि आदिक ह्यांच्यापासूनच दिवसाचा प्रारंभ व्हायचा. ह्या थोर विभूतींपुढे, स्वत: रेल्वेमंत्री असताना, एक रेल्वेअपघात झाला म्हणून राजीनामा देणाऱ्या लालबहादुर शास्त्रींची आठवण आज कुणाला आहे? 'राष्ट्रीय धर्म' ह्या नावाचा एक धर्म, निधर्मी राज्य ह्या गोंडस आणि फसव्या शब्दांनी पार पुसला गेलाय. मग वाईट कशाचं वाटतं? म्हणजे जातीयतेचा राक्षस कुठंच नसावा, तरी त्रास कशाचा होतो?
आज मस्कत, दुबईसारख्या राज्यात जाताना, विमानतळावरच्या मुलाखतीत उत्तरं देताना तुम्ही जर चाचरलात, तर विमानतळावरूनच तुम्हाला मायदेशी पाठवलं जातं. तुमच्या स्वागतासाठी जमलेल्या तुमच्या मित्रांना, तुम्ही दुबईपर्यंत येऊन परत गेल्याचं समजत पण नाही. आणि आज, मुंबईपासून मिरजेपर्यंत अरबी माणसांचे जे लाड होतात, षौक पुरवले जातात त्यांची वर्णनं काय करावीत?
मी मनचं रचून काहीच सांगत नाही. त्याची गरजच नाही. रोज वर्तमानपत्रांतून ज्या गुन्ह्यांची, चोऱ्या, दरोडे, बँका लुटणे, खून, बलात्कार, स्मगलिंग इ. च्या हकीकती नावासकट प्रकट होतात, ती यादी फक्त वाचा. त्यात भारतीय गुन्हेगार किती, पर-प्रांतीय किती हे न सांगता समजण्यासारखं आहे.
ह्या परप्रांतीयांचा बंदोबस्त कोण करणार? धर्माचा फाजील अभिमान नसावा ह्या दृष्टिकोनातून 'निधर्मी' ह्या शब्दाला आपला सलाम आहे. पण ह्या शब्दातून 'मानवतेचं' दर्शन घडण्याऐवजी लाचारीचं प्रदर्शन व्हायला लागलं तर?
एकीकडे हे चित्र पाहायचं आणि त्याच वेळेला शिवाजीमहाराजांच्या मेघडंबरीसाठी सोळा लाख रुपये खर्च आला हे वृत्त वाचायचं. तो आता पिक्निक् स्पॉट होईल आणि तिथं जाणारी माणसं बिअरच्या बाटल्या फोडतील.
आज पन्हाळ्याचं जे झालंय ते कालांतरानं रायगडचं होईल. स्वत:ची नावं कोरायची सवय असलेले नागरिक. ऐतिहासिक वास्तूही त्यांच्या तावडीतून सुटत नाहीत, आणि स्मशानातल्या भिंतीही. कोण्या एका 'दगडू भीमाप्पा'ला आज इथं जाळला असं कोळशानं चिताडलं की साक्षरता सार्थकी लागली.

आम्हाला व्यक्तित्वाची स्मारकं बांधता येत नाहीत. व्यक्तीची येतात. पुतळा व्यक्तीचा करता येतो. व्यक्तित्वाचा पुतळा करायचा असेल तर स्वत:लाच त्या विभूतीचा चालता बोलता पुतळा व्हावं लागतं. त्यासाठी आयुष्य कोण वेचणार? त्यापेक्षा भवानी तलवार आणायचं नाटक केलं की झालं. एक आंबा खावासा वाटला आणि

खाल्ला म्हणून स्वत:चा हात तोडायला निघालेले दादोजी कोंडदेव, आयुष्यभर हाताची बाही कापून घेऊन वावरले. तेही हात तोडून घ्यायला शिवाजीमहाराजांनी थांबवलं म्हणून.

ह्यासारख्या विसंगतीनं भरलेल्या, ढोंग, बनवाबनवीच्या हकीकती सांगायचं ठरवलं तर भाषणमाला गुंफावी लागेल. तुमच्यापैकी प्रत्येकाजवळ असेच कैक नमुने असतील. मुलांच्या ॲडमिशन्सपासून प्रत्येक प्रांतात हेच चित्र दिसेल. कळत न कळत ह्यापैकी प्रत्येक गोष्टीचा आपल्या जीवनावर परिणाम होतोय.

लॉटरीचं तिकीट काढायचं. लक्षाधीश व्हायची स्वप्नं रात्रंदिवस रंगवायची. लॉटरी लागली नाही की 'ठेविले अनंते, तैसेची राहावे' हा श्लोक म्हणायचा आणि पुढच्या सोडतीचं तिकीट काढायचं.

सोन्या-चांदीची, कपड्यांची-कापडांची दुकानं ओसंडून वाहताहेत आणि सिद्धिविनायकाच्या देवळासमोरच्या रांगाही वाढताहेत. माणसांना राहायला घरं नाहीत पण Five Star Hotel चा निर्देशांक वाढवून दिला जातोय. मंत्र्यांच्या मुलाची हॉटेलं आणि बार्स जोरात चाललेत.

'ध्वनिप्रदूषणाचा आम्ही बंदोबस्त करणार' हे वचन निवडणुका लढवण्यासाठी देताना लाऊडस्पीकरवरून इतका हैदोस घातला होता की त्यापायी वेड लागायची पाळी आली होती.

काय सांगणार?

किती सांगणार?

समाजाकडे बघायचं असतं ह्याची जाणीव नसताना इतकं दिसलं. भरडल्या जाणाऱ्या माणसानं मला हा भोवतालचा समाज दाखवला.

लेखनाचा सूर अद्यापि गवसलाय, असं नाही. मी ज्यांना लेखक मानतो ती मंडळी वेगळीच आहेत. त्याच भावनेनं अध्यक्ष होताना संकोच वाटत होता. इथं जे बोललो ते सामान्यांचा प्रतिनिधी ह्या एकमेव नात्यानं.

मी साहित्यिक म्हणून भाषण केलं नाही. मला साहित्यिक व्हायचं नाही. आणखी मोठा लेखकही व्हायचं नाही. मी स्वत:ला आजही लेखक मानत नाही. मला एक माणूसच व्हायचं आहे. कालच्यापेक्षा जास्त मोठा माणूस आज, आजच्यापेक्षा जास्त मोठा माणूस उद्या.

राज्यकर्त्यांना नावं ठेवण्याचा अधिकार साहित्यिकांना, पत्रकारांना प्रत्येक वेळी पोहोचतो असं नाही. आम्हीही स्वच्छ आहोत असा दावा नाही. दरवेळी आम्ही योग्य निर्णय घेतले असं मुळीच नाही. 'माणूस' म्हणून ज्या मर्यादा राज्यकर्त्यांना आहेत त्या मर्यादा प्रत्येकालाच आहेत. तरीही आता सगळ्याचाच अतिरेक झालाय म्हणून त्रास होतो. जे

जे स्वाभाविक आहे, त्याच्या सवलती सगळ्यांनाच मिळतात. पण सध्याचा कल, प्रवास दुसऱ्याला उपद्रव देऊन, उपाशी ठेवून स्वत: मोठं व्हावं ह्या दिशेनं चाललाय. ही उपासमार कधी कायद्याच्या बडग्यापायी, अनेकदा भ्रष्टाचारापायी, तर निधर्मी म्हणवता म्हणवता कधी कधी धार्मिक कारणापायी चालली आहे. भरडला जातोय तो माणूस. लुबाडला जातोय तो माणूस. ही लूट कधीकधी राज्यकर्त्यांमार्फत व्यापाऱ्यांकडे जाते तर कधीकधी व्यापाऱ्यांमार्फत राज्यकर्त्यांकडे जाते. एका वर्गाला पैशानं मिळणारी सत्ता हवी आहे तर दुसऱ्या वर्गाला सत्तेच्या जोरावर पैसा हवा आहे. त्यासाठी स्पर्धा, मारामाऱ्या, खून.

मला तर कुणाचंच रक्त सांडलेलं पटत नाही.

म्हात्र्यांसारखा माणूस परदेशात मारला गेला तर जितक्या यातना होतात, तितकाच मनस्ताप रशियन वकिलातीतला माणूस ह्या देशात गेला तर होतो. झेंड्याचा रंग कोणताही असो, त्याच्या नावाखाली शिंपण होते ती रक्ताचीच.

गेंड्याची कातडी हा शब्द जुना झाला. त्यापेक्षा नफ्फड कातडी 'झेंड्याची' म्हणायला हवी. रंगाचा छंद सोडून देशोदेशीची माणसं जेव्हा अंतरंगाचा शोध घेतील, तेव्हाच हे छोटं मन तृप्त होईल.

आता ह्या खुर्च्यांचा आणि अध्यक्षपदाचा भार मला आणखी सहन होणार नाही. जे बोललो ते माणूस म्हणून; माणसांशी बोललो. हे आकंद्रन असंच कायम राहणार. चार कथा लिहून माणसाचा शोध लावणं म्हणजे टिटवीनं समुद्र हटवायचा मूर्खपणा करण्यासारखं आहे.

तुम्ही प्रेमानं बोलावलंत,

म्हणून आलो.

घरातल्या लहान मुलाला आपण कौतुकानं आपल्या खांद्यावर उभं करतो आणि म्हणतो, 'तू माझ्यापेक्षा उंच झालास.'

तसं तुम्ही उंचावर बसवलंत.

कथा असंख्य होतील.

व्यथा संपणार नाहीत. काही तुमच्यासमोर मांडल्या.

जरा मोकळे वाटतंय.

मोकळे वाटतंय.

'दिदी'

लताबाईंना मानपत्र द्यायचं म्हणून भूतपूर्व महापौरांनी ते मला शब्दबध्द करायला सांगितलं.

मी ते लिहिलं.

माननीय आयुक्त श्री. तिनईकरांना ते आवडलं. त्यांची पसंतीची पावती हे मला मिळालेलं मानपत्र.

पण महापौरांना ते मानपत्र रूचलं नाही.

जनताजनार्दनाच्याच वतीनं ते मानपत्र लिहिलेलं आहे; म्हणून ह्या लेखसंग्रहाच्या निमित्तानं हे मानपत्र सर्वांच्या आवडत्या दिदींना.

त्यावेळी मी हे मानपत्र शब्दांकित केलेलं दिदींना आवडेल, असं लताबाईंनी व्यक्त केल्याचं मला महापालिकेच्या अधिकाऱ्यांकडून समजलं होतं. जेव्हा कधी दिदी ते वाचतील तेव्हा ....

असो.

दिदी,

ऐंशी लाख लोकवस्ती असलेली ही महानगरी.
ऐंशी लाख हा अंदाज.
आपल्या हातात हे मानपत्र पडेतो, हा आकडा वाढलाही असेल.
त्या सर्वांच्यावतीनं हे मानपत्र, नव्हे अभिमानपत्र, बृहन्मुंबई
महानगरपालिका आपल्याला देत आहे.
महानगरपालिका कोणत्या ना कोणत्या निमित्तानं, सातत्यानं
टीकेचा आणि काही प्रसंगी चेष्टेचा विषय झाली आहे.
पण आपल्याला हे मानपत्र देण्याच्या बाबतीत मात्र ती फक्त
कौतुकाचा आणि कौतुकाचाच विषय होणार आहे.
गौरवासाठी आणि एखाद्या व्यक्तीच्या कौतुकासाठी शब्द
तोकडे पडतात. माणसाचा पराभव होतो. आणि तरीही
तो पराभव विजयपताका म्हणून मिरवावा असा दुर्मिळ
क्षण एखादाच. तुम्हाला मानपत्र देताना तो दुर्मिळ क्षण
महापालिकेच्या कारकीर्दीत उगवला आहे.

बहुमानार्थी संबोधन वापरणं हा मानपत्राचा दंडक.
पण तुम्हाला माहित आहे की घराघरातून तुमच्या नावाचा
निर्देश 'लता' ह्या एकेरी नावानं होतो.
वास्तवीक, सगळ्याच लोकांना कःपदार्थ मानणारी काही
अहंमन्य माणसं, भल्याभल्या विभूतिंचा उल्लेखही एकेरी
नावानंच करतात.

पण दिदी,
तुम्हाला नुसतं 'लता'
म्हणताना बोलणाऱ्या
माणसाच्या नजरे-
तून प्राजक्ताचा सडा
कोसळत असतो.

शंकराला
फुलांचा
लक्ष
वाहल्याप्रमाणे.

देवादिकांचं स्मरण करताना, जवळिकतेचा आर्त पुकार एकेरीच असतो.

तुम्ही खरं तर 'प्रभुकुंज' मध्ये रहात नाही. तुमचं वास्तव्य झोपडीपासून महालापर्यंत, नव्हे, स्वरांची जखम झालेल्या प्रत्येक मनात तुमचं सिंहासन आहे.

प्रत्येक भारतवासियाच्या कुटुंबातल्या, रेशनकार्डवर नाव नसलेल्या तुम्ही आप्त आहात.

वेगवेगळे राजकीय पक्ष सभासंमेलनातून

'आवाऽऽऽज कुणाचा?
असा सवाल विचारून,
(कुणाला, कुणास ठाऊक)
नंतर आपल्या पक्षाचं नाव
घेतात.

पण,

मनाचा गाभारा स्वरांनी भरलेला प्रत्येक स्वरवेडा,
'आवाज कुणाचा?'
असा बेसूर, अवाजवी सवाल करीतच नाही.
दिदी,
तो आवाज तुमचाच असतो.

Thinking of You , दिदी,

तुमच्या आवाजाचं, गायकीचं रस-ग्रहण, समीक्षण करण्याचा आम्हाला सोस नाही.

आकाशातून बरसणाऱ्या जलधारा माती झेलून घेते, शोषून घेते, सुगंधित होते.

त्याप्रमाणे,

आम्हीही तुमच्या स्वरधारा तीन तपांच्या वर झेलत आलो. शोषत राहलो. आमची मनं जर सुगंधित झालीच असतील तर ती तुमच्या स्वरांमुळे. आमच्या नाठाळ मनात जेव्हा जेव्हा मार्दव प्रकट होतं, ते तुमचंच देणं असतं.

भोवतालच्या परिस्थितीनं आमची मनं जेव्हा झाकोळून येतात तेव्हा तुमचाच एखादा सूर त्या खिन्न अंधारात फुलवात लावतो.

तुम्ही आम्हाला किती व्यापून टाकलं आहेत, हे आम्ही कसं कसं पटवायचं?

'आनंदकंदा प्रभात झाली' हे सूर प्रथम कानावर पडल्यापासून घामाच्या धारांचा अभिषेक करणारा तो उग्र तारा आम्हाला 'मित्र' वाटू लागला. संबंध दिवसभर तुमचं बोट धरूनच आमचा प्रवास सुरू होतो; इतकंच नव्हे, तर आमचा थकलाभागला जीव आता 'पडपड कुडी, धरणीवरी' अशी प्रार्थना न करता 'धीरेसे आजा रे' ची शाल पांघरून, 'वनदेवीच्या स्वप्नांच्या मंदिरात' जातो. त्यातूनही झोप नाही आली तरीही वाईट वाटत नाही. 'रैन बिताये तारे गिन गिन' सारखं तुमचं गाणं आम्हाला 'उदयाचली मित्र' येईतो सोबत करतं.

अन्न, वस्त्र, निवारा ह्या मानवी जीवनाच्या प्राथमिक गरजा.

पण,

भारतवासियांच्या जीवनात

लताचं गाणं

ही

चौथी जीवनावश्यक बाब झाली आहे.

हे आम्ही अतिशयोक्तीनं म्हणत नाही. बड्या बड्या लक्ष्मी-पुत्रांसमोर पोटाची खळगी भरण्यासाठी भिकारी जो टाहो फोडतात त्या आवाहनात तुमचं गाणं असतं. त्याच्या अंगावर लज्जारक्षणार्थ वीतभरच वस्त्र असतं. पण ओठावर तुमच्या गाण्यांचं गर्भरेशमी ठाण असतं. डोक्यावर ताडपत्रीचा नाम-मात्र निवारा असला तरीही तो तुमच्या स्वरमहालात पहुडलेला असतो.

दिदी,

आमच्यापैकी अनेकांचा जन्म तुमच्या स्वरांच्या साक्षीनं झाला. ह्या जगातच केवळ त्यांनी त्या स्वरांच्या सोबतीनं पाऊल टाकलं असं नव्हे, तर आयुष्याच्या प्रत्येक नव्या आणि धोक्याच्या वळणावरही त्याच स्वरांचा कौल घेतला.

आपलं मनोगत

प्रियकरापाशी वा प्रेयसीजवळ

व्यक्त करताना

भाव त्यांचे होते,

पण

दिदी, गाणं तुमचं होतं.

तुमच्या काही सांकेतिक प्रेमगीतांनी अनेकांना कॉम्प्युटरप्रमाणे उत्तरं मिळवून दिली. विरहानं भग्न झालेल्यांनी, स्वतःच्या मनाची समजूत

२८ । फँण्टसी - एक प्रेयसी

'गम ही तो है, प्यारकी दौलत' ह्या शब्दांनी घातली आहे.
तुम्ही फक्त तरूणांच्याच वेदनांना बोलकं केलंत नाही.
सासरी जाणारी मुलगी, मातापित्यांच्या पायावर डोकं टेकते तेव्हा कुणाच्याही तोंडून शब्द फुटत नाहीत. अशा वेळी 'गंगायमुना डोळ्यात उभ्या का' ह्या तुमच्या ओळी एकाच वेळी दोन्ही पिढ्यांच्या पाठीवरून हात फिरवतात.

तुमच्या
स्वरांनी
सगळं विश्व छोटं केलं, जवळ आणलं.

मा. दीनानाथ आपले तीर्थरूप. एक काळ त्यांनी गाजवला. त्यांचा टिपेचा आवाज त्या काळात मायक्रोफोनशिवाय पिटापर्यंत पोहोचत होता. त्या दैवी देणगीला यंत्रयुगाचा स्पर्श झाल्यावर तुमच्या रूपानं तोच आवाज आज,

अंगणापासून
पटांगणापर्यंत;
पटांगणापासून रणांगणापर्यंत

आणि रणांगणापासून तारांगणापर्यंत
पोहोचला आहे.

तुमच्या स्वरांनी समृध्द तर केलंच पण विध्द होण्यातही एक आनंद असतो, ह्याचा साक्षात्कार घडवला. अनेक रूग्णांना त्यांच्या व्याधी सुसह्य झाल्या तर अनेकांना शस्त्रक्रिया करवून घेण्याचं सामर्थ्य दिलंत.

खरं तर,
आम्हाला आता त्या सात सुरांचाच हेवा वाटतो.
भक्तिमार्गात ज्ञानेश्वर, तुकाराम, रामदास आणि राजकारणात, स्वातंत्र्यसमरात लोकमान्य टिळक, सावरकर, ह्यांच्या तोंडून

बाहेर पडताना शब्दांना जो आनंद झाला असेल, गडकरींच्या लेखणीतून कागदावर अुतरताना भाषेला जी धन्यता वाटली असेल, त्याच आनंदलहरी खुद्द त्या स्वरसप्तकाला तुमच्या गळ्यातून अुतरताना वेढून टाकत असतील.

श्रीकृष्णाच्या
बासरीनंतर
तेवढीच सुंदर जागा
त्या स्वरांना
तुमच्या
गळ्यात मिळाली.

म्हणूनच दिदी,

नेहमीच्या संकेतानुसार ह्या मानपत्रात आपण किती गाणी गायला आहात, किती सन्मान मिळवले, असली जंत्री आम्ही दिली नाही. कारण तुम्हाला ते माहित आहे आणि हे मानपत्र तुमच्याच घरात राहणार आहे. त्याऐवजी आमच्या सगळ्यांच्या मनात तुमच्याबद्दल जो भाव आहे, तो नित्य तुमच्याजवळ रहावा. त्याचप्रमाणे जन्ममृत्यूची कायदेशीर नोंद हवी, म्हणून कोणत्यातरी एका गावी तुमचा जन्म झाला असेल, पण आमच्या भावविश्वात जेव्हा जेव्हा तुमचा स्वर आमच्या मनात अुतरला त्या प्रत्येक क्षणी तुमचा जन्म नव्यानं होतो. प्रत्येक मन तुमचं जन्मगाव.

घरचा आहेर

शास्त्राभ्यास नको, श्रुति पढू नको तीर्थासि जाऊ नको
वेदाभ्यास नको, व्रतें मख नको तीव्रें तपें ती नको
काळाचें भय मानसी धरु नको दुष्टासि शंकू नको
ज्याचिया स्मरणें पतीत तरती तो शंभु सोडू नको

कोकरं आणि लहान मुलं सारखीच दिसतात.
तू तशीच होतीस.
सजवलेला पाळणा,
बारशाचे कोरे-कोरे कपडे,
सगेसोयरे, ह्या सगळ्यात तू होतीस
आणि तरीहि तुझं घरकूल वेगळं होतं.
तुझ्या एवढ्याशा मेंदूत ह्या क्षणी काय चाललं
असेल, हा मलाच काय पण कुणालाहि
न सुटणारा प्रश्न. तो प्रश्न जरी सुटण्यासारखा
नसला तरीहि प्रत्येक आईला-बापाला आयुष्यभर
आपल्याबद्दल एकच वाटलं, आणि त्याचा प्रारंभ
बारशापासून होत असावा.
ते वाटणं एकच,

हा जीव आयुष्यभर हसत रहावा

.... हा जीव आयुष्यभर असाच हसत रहावा .....

तू म्हणशील, अशी अिच्छा करणं सोपं आहे.
पण ते शक्य आहे का ?
होय बेटा आहे.
आयुष्यातील कटु प्रसंग अुगाळीत न
बसता फक्त चांगल्याच गोष्टींचं जतन
जाणिवेनं करायचं ठरवलंस तर
आनंदच आनंद.
तू सतत अशीच हसत राहशील .....

संसारातील प्रत्येक आनंद किंवा व्यथा शब्दात मांडता येत नाही.
तरीसुध्दा काही काही आनंदाचे क्षण नेमकेपणानं टिपता येतात.

आपल्या मुलांना
एकमेकांवर जिवापाड प्रेम करताना बघणं
हा एक नेमकेपणानं सांगता येणारा आनंद

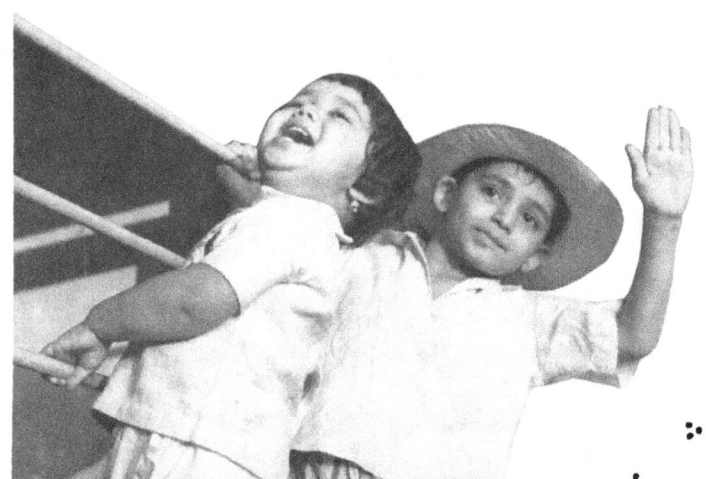

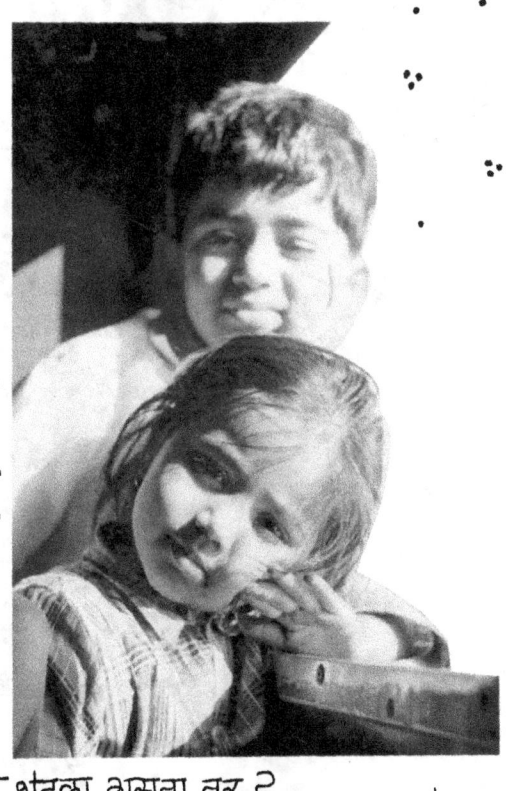

हा असा हात उंचावून 'डॉण्ट वरी' असं सांगणारा भाऊ मला भेटला असता तर ?
तर मीहि असाच हसू शकलो असतो।

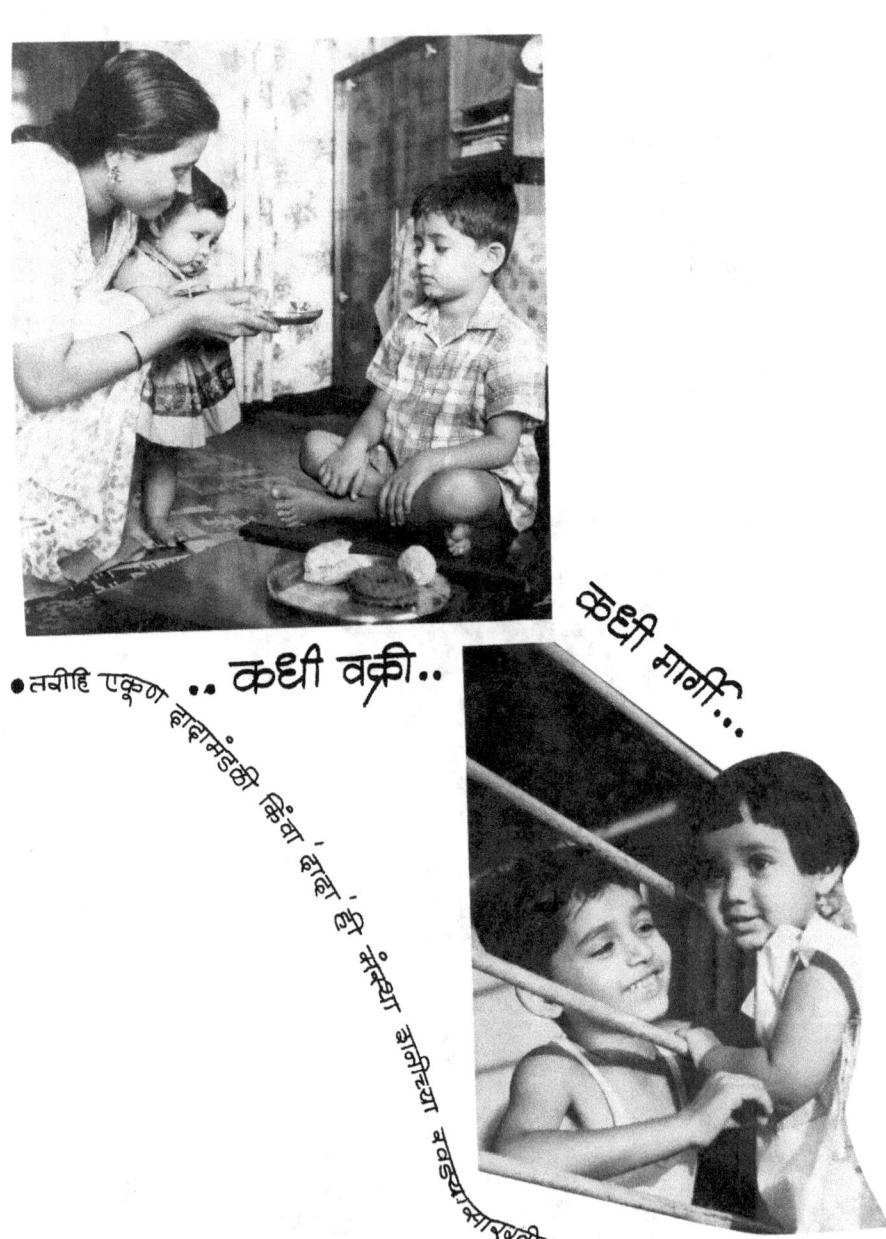

कधी मार्गी...

.. कधी वक्री..

● तरीहि एकूण दादामंडळी किंवा 'दादा' ही संस्था शनीच्या वलयासारखीच ●

तसं पहावं तर हा एक साधा पोपट. पण
पक्ष्याचा जन्म घेऊनही तो जगला माणसासारखाच.
'खातो डाळ कच्ची, मला म्हणतो लुच्ची' असले
पक्षीसुलभ चाळे त्यानं कधी केले नाहीत.
गरम गरम वरणभात खाणारा हा
जगावेगळा पक्षी.
वास्तवतेशी इमान राखून
तू मराठी निबंधात,
'आवडता प्राणी' ह्या विषयासाठी
ह्याच पपीचं
खरं खुरं चित्रण केलंस
आणि
चक्क नापास झालीस.
सगळं खरं खरं लिहून
चालत नाही
हे तुला
खूप लहान वयात समजलं.

गंमतीनं अथवा मनापासून तू म्हणतेस
आम्ही सगळ्या कला एकट्या सुहासला दिल्या।
आम्ही देणारे वा न देणारे कोण?
कलावंत कुणाला करायचं हे वेगळीच शक्ती
ठरवते।
पण म्हणून आपण रसिकही होऊ शकणार नाही
का?
अिथं येतानाच तो सूर मिळावा लागतो। तो
नाही मिळाला म्हणून काय झालं?
कान तर आहेत। अुत्तम श्रोता, अुत्तम
रसिक होण्याचा आपला अधिकार
कुणालाहि हिरावून घेता येणार नाही।
कलावंत रसिकाशिवाय पूर्ण होत नाही।
प्रज्ञावंत कलाकाराप्रमाणे प्रज्ञाशील
रसिक होता येणं हा एक अवघड योग
मात्र, त्याचाहि छंद जडवून घ्यावा
लागतो।

• जिथं छंद जडला तिथंच एकाग्रताहि •

आयुष्यात तुझं अधिष्ठान कोणतं? 'चिंता' की 'चिंतन'?

चिंता हा मनाचा धर्म तर चिंतन बुद्धिचा. चिंतन विचारांना चालना देतं तर चिंता विचारच खाऊन टाकते. चिंतन हवंच. तू लेखिका झाली आहेस. तेव्हा, चिंतनाबरोबर आणखीन एक कर. ही अशीच डोकावीत रहा. माणसात...
विषयात...
प्रसंगात...

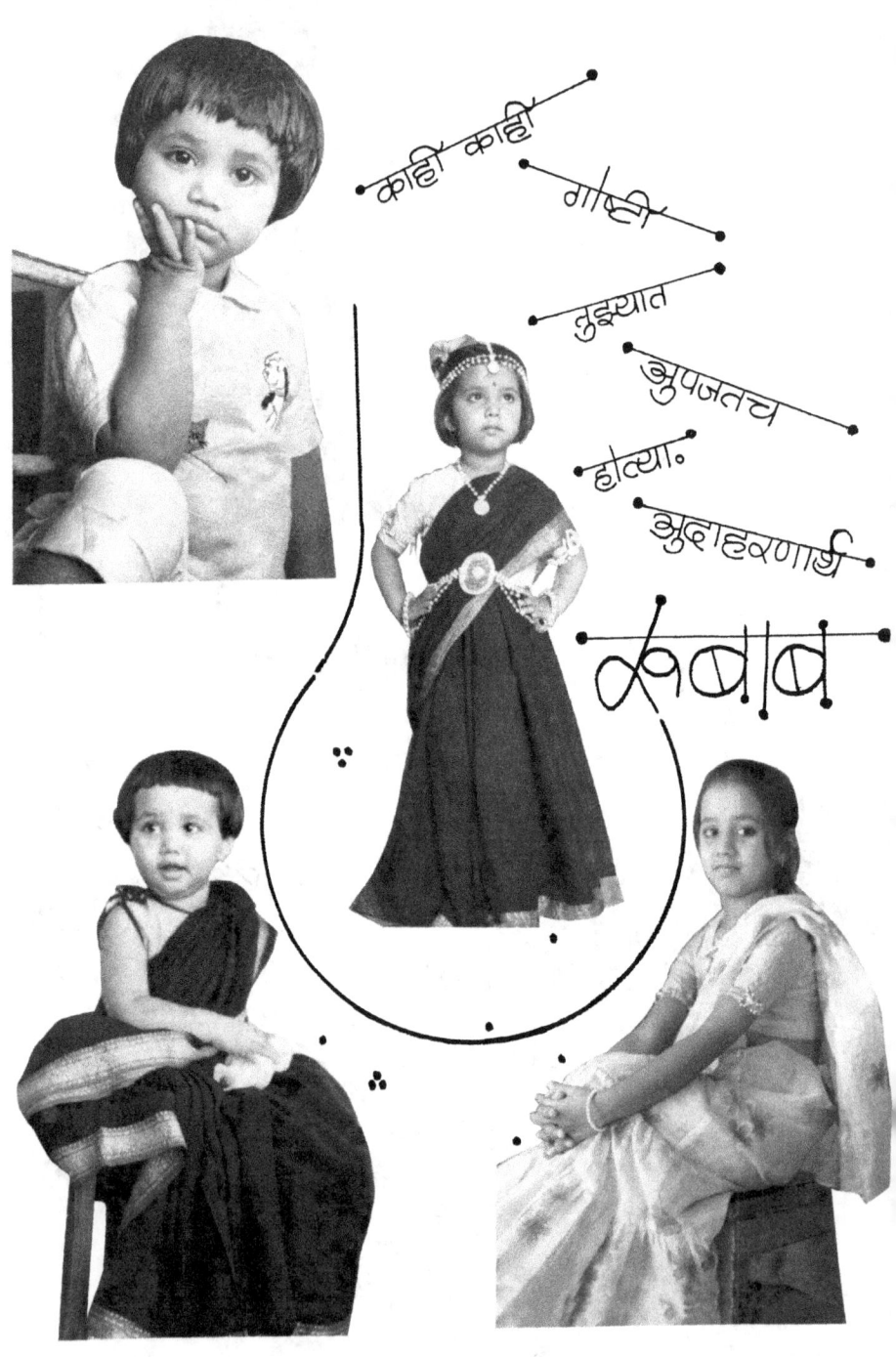

काहीं काहीं
गोष्टी
डोक्यात
अुपजतच
होत्या.
अुदाहरणार्थ

— तर मुळातच रुबाब हा प्रकार तुझ्या रक्तात.

त्याला जर दागिन्यांची जोड मिळाली तर?
आत्ता ठीक आहे.
हलव्यांच्या दागिन्यांवर भागतेय.
मोठेपणी खरे दागिने मागितलेस तर?

हलव्यावरचा काटा
आमच्या अंगावर ......

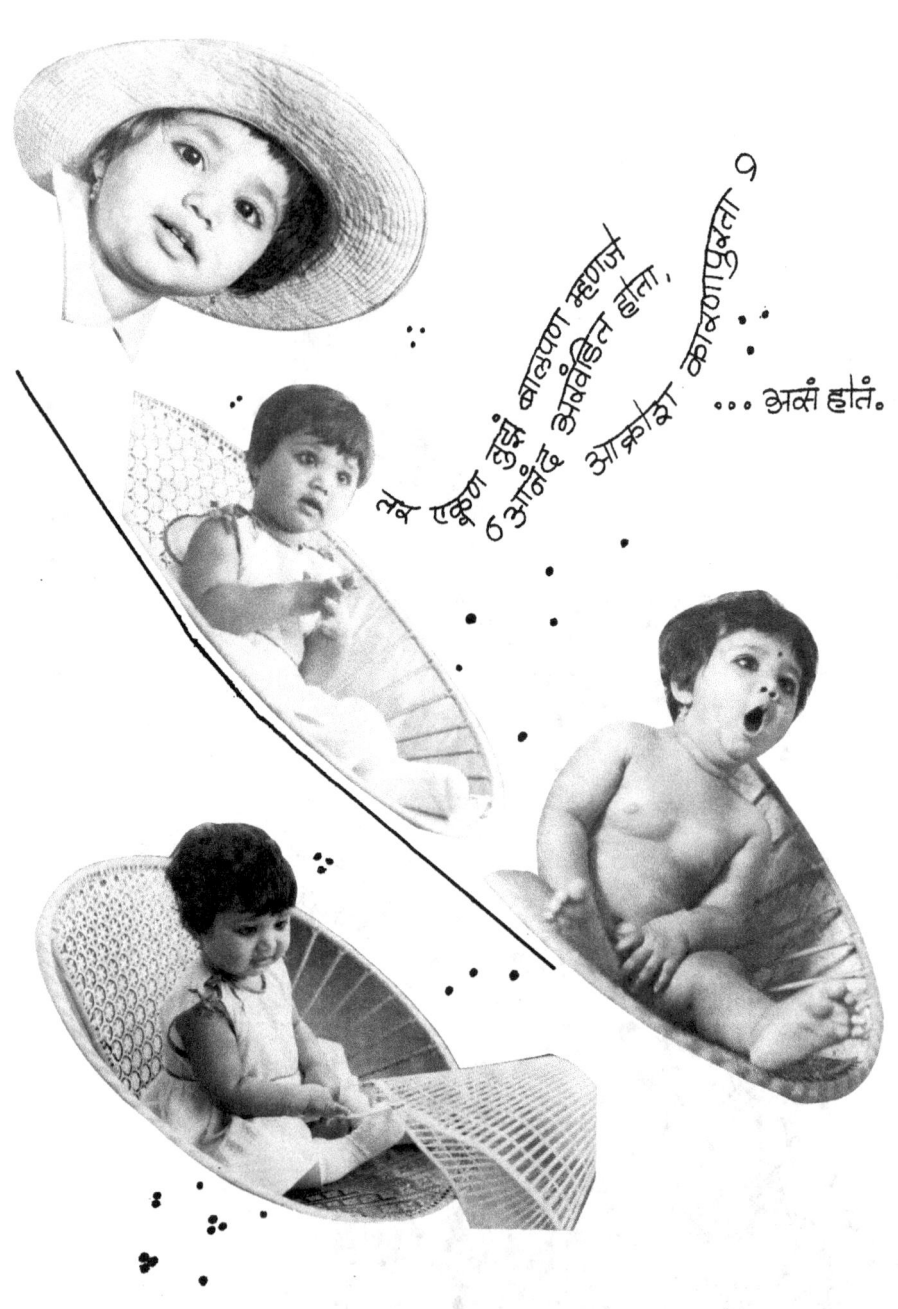

तर एकूण तुझं बालपण म्हणजे
(आनंद अखंडित होता,
आक्रोश काळापुरता)
... असं होतं.

ते बालपण कधी संपलं, कळलं नाही. का संपलं ह्याला उत्तर नाही.
एकाएकी एक दिवशी जाणवलं, तू मोठी झालीस. हे कधी जाणवलं तो दिवसही सापडत नाही.
ह्या आरशात तुझं हे प्रतिबिंब. एकच.
माझ्या मनाच्या आरसेमहालात तुझी अगणित, असंख्य प्रतिबिंबं.
त्यातली इथं किती मांडणार?
हे आरसेमहाल प्रत्येकाचे स्वतंत्र. हेच कुबेराचं धन.
एकाकीपण खायला उठलं की म्हणायचं 'तिळा उघड.'

आणि मग,

एकेक मोहर मोजत बसायचं.....

तू पतिच्या घरी तर निघालीस.
होय, जायलाच हवं.
'पिता आणि
पति'
एक रंग आणि एक वेलांटि अिकडची
तिकडं.
तरीहि वाटतं, पति होणाऱ्या प्रत्येक पुरुषाला
पिता होणं जमेल का?

कन्यादान करताना
प्रत्येक पिता मुका का होत असावा?
कदाचित् तो जावयाला सांगू शकत नसेल, की
'बाबा रे, माझ्या मुलीचा तू पतीच आहेस,
तरीहि
संसारात तिचा पित्यासारखा संभाळ करशील का?

'जन्मदाता बाप'
असं भारदस्त शब्द वापरायचं
कारण
ते स्वतःच्या संदर्भातलं,
म्हणून.
खरं म्हणशील,
तर मी साधासुधा गार्डच.
प्रवाशांचा प्रवास सुखमय
करण्यासाठी तळमळणारा,
धडपडणारा.
बस्, इतकंच.
म्हणूनच मला
जंक्शन येताच थांबावं लागलं.
परकं आणि पोरकं होऊन.
मीच तुला
मुक्कामापर्यंत नेलं
असं म्हणून कसं चालेल?

म्हणूनच, आता ह्यानंतर मी असंच थांबायला हवं.
अलिप्त रहायचा प्रयत्न करायला हवा.
तुझ्यावरचा आमचा अधिकार संपला,
हे आता लक्षात ठेवायला हवं.
'आअीवडिलांनी मुलांच्या मार्गात आडवं पडायचं ते
सावलीच्या रूपानं..' असं मी लिहिलं होतं.
तसा प्रयत्नहि होता.
पण बेटा,
अुन्हाची व्याप्ती किती,
आणि मी केवढासा?
तुला अुन्हाचे चटकेही बसले असतील
आणि
पावसाचा माराही सहन करावा
लागला असेल.
तरीहि,
एकच अिच्छा.
'झाडच छोटं होतं'
असं म्हणालीस, तर खंत नाही.
'क्षुद्र होतं'
एवढंच म्हणू नकोस......